ഫുക്കുവോക്കയുടെ ഒറ്റവൈക്കോൽ വിപ്ലവത്തിലൂടെ ഒരു യാത്ര

fukuokkayude otta vaikol
viplavathiloode oru yathra

•

p p k pothuval

•

first edition
july 2012

•

published
chintha publishers, thiruvananthapuram

•

typesetting
minerva graphotechs, attukal

•

•

cover
sudheer p y

•

വിതരണം

ദേശാഭിമാനി ബുക്ക് ഹൗസ്

H O തിരുവനന്തപുരം–695 035
www.chinthapublishers.com
chinthapublishers@gmail.com

ബ്രാഞ്ചുകൾ

ഹെഡ്ഡാഫീസ് കുന്നുകുഴി • ഓവർബ്രിഡ്ജ് തിരുവനന്തപുരം • കെ എസ് ആർ ടി സി ബസ് സ്റ്റേഷൻ ആലപ്പുഴ • കെ എസ് ആർ ടി സി ബസ് സ്റ്റേഷൻ എറണാകുളം • മച്ചിങ്ങൽ ലെയ്ൻ തൃശൂർ • ഐ ജി റോഡ് കോഴിക്കോട് • കെ എസ് ആർ ടി സി ബസ് സ്റ്റേഷൻ കോഴിക്കോട് • എൻ ജി ഒ യൂണിയൻ ബിൽഡിങ് കണ്ണൂർ • സെൻട്രൽ ബസ് ടെർമിനൽ കോംപ്ലക്സ് താവക്കര കണ്ണൂർ

CO - 1791 / 2972

ഫുക്കുവോക്കയുടെ ഒറ്റവൈക്കോൽ വിപ്ലവത്തിലൂടെ ഒരു യാത്ര

പി പി കെ പൊതുവാൾ

ചിന്ത പബ്ലിഷേഴ്സ്
തിരുവനന്തപുരം-695 035

പി പി കെ പൊതുവാൾ

1946 ൽ കാസർകോട് ജില്ലയിലെ തൃക്കരിപ്പൂരിൽ ജനനം. അധ്യാപകൻ, ശാസ്ത്രസാഹിത്യപരിഷത്ത് പ്രവർത്തകൻ. പരിഭാഷകളടക്കം മുപ്പതിലേറെ കൃതികൾ രചിച്ചിട്ടുണ്ട്. വിജ്ഞാനസാഹിത്യത്തിനുള്ള സംസ്ഥാന–ബാലസാഹിത്യ അവാർഡ്, പി ടി ബി അവാർഡ്, ബെസ്റ്റ് പബ്ലിക് ഒബ്സർവർ അവാർഡ്, സ്കൂൾ കുട്ടികളിലെ നേത്രവൈകല്യങ്ങളെക്കുറിച്ചു തയാറാക്കിയ പ്രോജക്ടിന് കേന്ദ്ര ആരോഗ്യ മന്ത്രാലയത്തിന്റെ പുരസ്കാരം എന്നിവ ലഭിച്ചിട്ടുണ്ട്.

പ്രധാന കൃതികൾ: *പരിസ്ഥിതിക്കവിതയ്ക്ക് ഒരാമുഖം, പരിസ്ഥിതിബോധവും സംസ്കാരവും, ഭൂമിക്ക് ഒരവസരം നൽകൂ, ഡാർവിന്റെ ആത്മകഥ, ബയോടെക്നോളജിയുടെ ലോകം, ചാർലി ചാപ്ലിൻ, ജെറാൾഡ് ഡ്യൂറലിന്റെ വനയാത്രകൾ, ഓർമകളിൽ ഡാർവിൻ* (പരിഭാഷ), *ശാസ്ത്രം ശാസ്ത്രജ്ഞർ* (പരിഭാഷ), *അവശ്യമരുന്നുകളുടെ രാഷ്ട്രീയം* (പരിഭാഷ).

വിലാസം : തങ്കയം, തൃക്കരിപ്പൂർ പി ഒ
കാസർകോട് ജില്ല
പിൻ – 671 310
ഫോൺ – 9495343836

ഉള്ളടക്കം

ഈ പുസ്തകത്തെപ്പറ്റി

ഏതാണ്ടൊരു പതിനായിരം വർഷംമുമ്പ് മനുഷ്യൻ കൃഷി ചെയ്യാൻ തുടങ്ങി. പ്രകൃതിയുടെ രീതികളുടെ തുടർച്ചമാത്രമായിരുന്നു ആദ്യകാല കാർഷിക പ്രവർത്തനങ്ങൾ. മനുഷ്യന്റെ പ്രതിഭയും സർഗവൈഭവവും അവന്റെ സംസ്കാരവും അതിൽനിന്ന് പോഷണമുൾക്കൊണ്ട് വളർന്നു. 1840 ൽ ലീബിഗിന്റെ *കാർഷിക രസതന്ത്രം* എന്ന പുസ്തകം പുറത്തുവന്നതിനെത്തുടർന്ന് കൃഷിയിലെ രാസവളപ്രയോഗം ആരംഭിച്ചു. ഡി സി ടി എന്ന രാസവസ്തുവിനെ പ്രാണനാശിനിയായി ഉപയോഗിക്കാമെന്ന് 1939 ൽ പോൾമുള്ളർ തെളിയിച്ചതോടെ രാസകീടനാശിനികളുടെ യുഗം പിറന്നു. അമിത രാസപ്രയോഗവും രാസകീടനാശിനികളുടെ ഉപയോഗവും ഉയർത്തുന്ന ആരോഗ്യപരിസ്ഥിതി പ്രശ്നങ്ങളെക്കുറിച്ച് ഇന്ന് എല്ലാവരും ബോധവാന്മാരാണ്. ഫുക്കുവോക്കയുടെ കൃതികളും ജീവിതദർശനവും ചർച്ചാവിഷയമായിക്കൊണ്ടിരിക്കുന്നത് ഈ സാഹചര്യത്തിലാണ്. നിങ്ങൾക്കിതിനോട് യോജിക്കാം, വിയോജിക്കാം. പക്ഷേ, അവഗണിക്കാനാവില്ല. ഭൂമിയുടെ ഭാവിയെക്കുറിച്ച് ഉൽക്കണ്ഠയുള്ളവരെല്ലാം അദ്ദേഹം എന്താണ് പറയുന്നതെന്ന് അറിഞ്ഞിരിക്കണം. ഈയൊരുദ്ദേശ്യംവച്ച് ഫുക്കുവോക്കയുടെ *ഒറ്റവൈക്കോൽ വിപ്ലവം* എന്ന കൃതിയെ പരിചയപ്പെടുത്താനുള്ള എളിയ ശ്രമമാണ് ഈ പുസ്തകം.

എങ്ങുനിന്നോ വന്ന ഒരു പാതിരാക്കൊക്ക്

ഒറ്റയൊരു വൈക്കോലിടകൊണ്ടു നടത്തിയ ഒരു ദാർശനിക വിപ്ലവത്തിന്റെ കഥ പറയുന്നു *The One-Straw Revolution* എന്ന ഈ പുസ്തകം. നാമോരോരുത്തരും മനസിരുത്തിയാൽ സുന്ദരവും സർഗാത്മകവുമായ ഒരു ജൈവലോകം സൃഷ്ടിക്കാനാകുമെന്നതാണ് അതു നൽകുന്ന സന്ദേശം. കൃഷിയെക്കുറിച്ച് ഈ രീതിയിൽ ഇതൊരു പുതിയ കാഴ്ചപ്പാടുതന്നെ അവതരിപ്പിക്കുന്നു. എന്തു വിലകൊടുത്തും, പിശാചിനെ കൂട്ടുപിടിച്ചും, പരമാവധി ഉൽപ്പാദിപ്പിക്കുക – സഹജീവികളെ മറന്ന് തോന്നിയമട്ടിൽ ഉപഭോഗം ചെയ്യുക – മുതലാളിത്തരീതിയുടെ ഈ ആസുരനിയമങ്ങളെ ഒരു പുതിയ ഹരിതബോധത്തിന്റെ നിലപാടുതറയിൽനിന്നുകൊണ്ട് സൂക്ഷ്മവിശകലനത്തിനു വിധേയമാക്കാൻ തീർച്ചയായും ഈ പുസ്തകം സഹായിക്കും. ഇതാണ് ഇതിന്റെ പ്രസക്തിയും പ്രാധാന്യവും.

മസനോബു ഫുക്കുവോക്ക എന്ന ജപ്പാൻകാരനാണ് ഈ കൃതിയുടെ കർത്താവ്. ഈയൊരൊറ്റ പുസ്തകം അദ്ദേഹത്തെ പ്രകൃതികൃഷിയുടെ ആചാര്യപദവിയിലേക്ക് ഉയർത്തി. അതിനുമുമ്പ് അദ്ദേഹം സാധാരണക്കാരനായിരുന്നു. സർവകലാശാലയിൽനിന്ന് സൂക്ഷ്മാണുജീവശാസ്ത്രം പഠിച്ച് കൃഷിയുമായി ബന്ധപ്പെട്ട ഉദ്യോഗം നിർവഹിച്ചുകൊണ്ടിരുന്ന ആളായിരുന്നു. ഉദ്യോഗം രാജിവച്ച് താൻ തുടങ്ങിവച്ച കൃഷിരീതികൾ, അതിലൂടെ ഉണ്ടായ അനുഭവങ്ങൾ, കാർഷിക പ്രവർത്തനവുമായി ബന്ധപ്പെട്ട പുതിയൊരു ദർശനത്തിലേക്ക് ഫുക്കുവോക്കയെ നയിച്ചു. കൃഷിയുമായി ബന്ധപ്പെട്ട് ഏതാണ്ട് നാൽപ്പതുവർഷത്തെ പഴക്കമുള്ള അനുഭവങ്ങൾ ഈ പുസ്തകമെഴുതാൻ പ്രേരണയായി. 1979 ൽ

ഇത് പുറത്തുവന്നപ്പോൾത്തന്നെ അനുകൂലമായും പ്രതികൂലമായും ശ്രദ്ധ പിടിച്ചുപറ്റി. കൃഷിയാണ് വിഷയമെങ്കിലും ആത്യന്തികമായി ജീവിതത്തെക്കുറിച്ചുതന്നെ പുതിയൊരു കാഴ്ചപ്പാട് അവതരിപ്പിക്കുകയായിരുന്നു ഇതിലൂടെ.

ആധുനിക ശാസ്ത്രീയരീതികളിൽ അധിഷ്ഠിതമായ ഹരിതവിപ്ലവം കത്തിനിൽക്കുന്ന കാലമായിരുന്നു. കാർഷികരംഗത്താകെ വൻകുതിച്ചുചാട്ടം. ഉൽപ്പാദന സമൃദ്ധിയുടെ ഉത്സവകാലം. ദരിദ്രജനവിഭാഗങ്ങളുടെ സ്വപ്നങ്ങൾ ഭക്ഷ്യസമൃദ്ധിയിലൂടെ പൂവണിയുന്നതായി തോന്നി. അതേസമയം ഉൽപ്പാദനരംഗത്തെ ഈ സമൃദ്ധികൾക്കെല്ലാം നൽകേണ്ടിവന്ന കടുത്ത വില എന്തെന്ന് ചിലരെങ്കിലും തിരിച്ചറിയുന്നുണ്ടായിരുന്നു. വേറിട്ട ശബ്ദങ്ങൾ പതുക്കെ പതുക്കെയെങ്കിലും കേൾക്കാൻ തുടങ്ങി. അമിത രാസവളപ്രയോഗംമൂലം മരിച്ചുകൊണ്ടിരിക്കുന്ന മണ്ണ്. കീടനിയന്ത്രണത്തിനുപയോഗിച്ച വിഷകീടനാശിനികൾ മനുഷ്യരിലും മൃഗങ്ങളിലും പരിസ്ഥിതിയിലും സൃഷ്ടിച്ചുകൊണ്ടിരുന്ന വൻദുരന്തങ്ങൾ. അമിത ജലചൂഷണം, സാധാരണക്കാരുടെ നിത്യജീവിതത്തിൽ സൃഷ്ടിച്ച പ്രശ്നങ്ങൾ – ഇത്തരം കാര്യങ്ങളെക്കുറിച്ചെല്ലാമുണ്ടായ പുതിയ ബോധോദയമാകാം ഫുക്കുവോക്കയുടെ കൃഷിരീതി കൂടുതൽ ശ്രദ്ധിക്കപ്പെടാൻ കാരണമായി. ലോകം മുഴുക്കെ അതിന് ആരാധകരും അനുകർത്താക്കളും പ്രയോക്താക്കളുമുണ്ടായി. ബദൽ കൃഷിരീതികൾക്കുവേണ്ടിയുള്ള അന്വേഷണം കൊഴുത്തു. ഒറ്റവൈക്കോൽ വിപ്ലവത്തിന്റെ തത്വശാസ്ത്രം കൂടുതൽ ആലോചനാമൃതമായി അനുഭവപ്പെട്ടു.

കാർഷികരംഗത്തെ ഉൽപ്പാദനവുമായി ബന്ധപ്പെട്ട എല്ലാ തന്ത്രങ്ങളെയും നിയന്ത്രിക്കുന്നത് അമേരിക്കയെപ്പോലുള്ള മുതലാളിത്ത രാജ്യങ്ങളാണെന്നോർക്കണം. സമൃദ്ധിയുടെ മരുപ്പച്ചകൾ കാട്ടി കൗശലപൂർവം ഇവർ ദരിദ്രരാജ്യങ്ങളെ അധീശത്വത്തിന്റെയും കടക്കണിയുടെയും മരീചികകൾക്കു പിന്നാലെ നടത്തി. നോക്കൂ, ലോകത്തെങ്ങും ആണവനിലയങ്ങൾ ഉപേക്ഷിക്കപ്പെടുമ്പോൾ ആണവക്കരാറിന്റെ പൂട്ടിട്ടുമുറുക്കി ഇന്ത്യയിലെങ്ങും വൈദ്യുതോൽപ്പാദനത്തനായി അണുനിലയങ്ങൾ പടുത്തുയർത്താൻ നിർബന്ധിക്കപ്പെടുകയല്ലെ നമ്മൾ? മാലിന്യമുക്തമായ മറ്റുബദൽ ഊർജസ്രോതസുകളിലേക്കുള്ള വഴികളെല്ലാം അടച്ചിടുകയല്ലെ ഇവർ? മറ്റൊരു ഭാഗത്ത് എൻഡൊസൾഫാൻപോലുള്ള വിഷങ്ങൾ ലോകമെങ്ങും നിരോധിച്ചാലും ഇവിടെ നിരോധിക്കാൻ പറ്റില്ലെന്ന പിടിവാശിയും. ഒറ്റവൈക്കോൽ വിപ്ലവംപോലുള്ള പുസ്തകങ്ങളുടെ സ്വീകാര്യത വർധിപ്പിക്കാൻ ഇതെല്ലാം കാരണമാകുന്നു എന്നുവേണം കരുതാൻ.

കേൾക്കുമ്പോൾ വിചിത്രമെന്നു തോന്നുന്ന ഒന്നാണ് ഫുക്കുവോക്കുവയുടെ കൃഷിരീതി. ഒറ്റവൈക്കോൽകൊണ്ട് അത് വിപ്ലവമുണ്ടാക്കുന്നു. "ആകാശത്തിലെ പറവകളെ നോക്കൂ, അവ വിതയ്ക്കുന്നില്ല;

കൊയ്യുന്നില്ല. പത്തായം നിറയ്ക്കുന്നില്ല." ഒറ്റനോട്ടത്തിൽ എല്ലാം ഒരു കിറുക്കായി തോന്നാം. എന്നാൽ കൂടുതലാഴത്തിൽ ആലോചിക്കുമ്പോൾ ഈ ചിന്തയുടെ ദാർശനിക മാനങ്ങൾ ഓരോന്നായി വെളിപ്പെട്ടു തുടങ്ങുന്നു.

ഫുക്കുവോക്ക തന്റെ കൃഷിനിലം കിളയ്ക്കുന്നില്ല, ഉഴുന്നില്ല, വിതയുമില്ല, നടീലുമില്ല, കളപറിയുമില്ല. ഒരുതരത്തിലുള്ള വളവും ഉപയോഗിക്കുന്നില്ല, കീടനിയന്ത്രണത്തിന്റെ പ്രശ്നം ഉദിക്കുന്നതുപോലുമില്ല. എന്നിട്ടും അങ്ങോരുടെ പാടത്ത് കനകം വിളയുന്നു.

ഭക്ഷണമുണ്ടാക്കാൻ അധ്വാനമരുത് എന്നാണ് അങ്ങോരുടെ ഉദ്ബോധനം. എന്നാൽ മടിയന്മാർക്കും അലസന്മാർക്കും ഫുക്കുവോക്കയുടെ ലോകത്തിൽ യതൊരു സ്ഥാനവുമില്ല.

ഈ രീതിയിൽ ചുമ്മാതിരുന്നുകൊണ്ടുള്ള കൃഷി നിങ്ങൾ നടത്തിനോക്കിയപ്പോൾ അതു വമ്പൻ പരാജയത്തിലവസാനിച്ചു. കാരണം നിങ്ങൾക്ക് ക്ഷമയുണ്ടായിരുന്നില്ല. വിശ്വാസമുണ്ടായിരുന്നില്ല. ശുഭപ്രതീക്ഷകളുണ്ടായിരുന്നില്ല. സാരമില്ല. നിങ്ങൾ ഈ രീതിയിൽ കൃഷി ചെയ്താലും ഇല്ലെങ്കിലും അതിന്റെ ജീവിതദർശനമാണ് പ്രധാനം. കൃഷിയിൽ മാത്രമല്ല, ജീവിതത്തിന്റെ സമസ്തമണ്ഡലങ്ങളിലും നിങ്ങൾക്കതിന്റെ സ്വാധീനം അനുഭവവേദ്യമാകും. അക്ഷരാർഥത്തിൽ പ്രകൃതിയിലേക്കു മടങ്ങാതെ തന്നെ ദൈനംദിനജീവിത പ്രാരാബ്ധങ്ങൾക്കിടയിൽ പ്രകൃതി സമ്പർക്കത്തിലൂടെ ഒരു പുനർനവീകരണം – അതാണ് ഈ പുസ്തകം അധികമാളുകൾക്കും നൽകുന്ന വായനാനുഭവം.

മസനോബുഫുക്കുവോക്ക തെക്കൻ ജപ്പാനിലെ യോക്കൊഹാമ ഷിക്കോക്കു ദ്വീപിലെ ഒരു ചെറുഗ്രാമത്തിൽ 1913 ൽ ജനിച്ചു. യോക്കൊഹാമ സർവകലാശാലയിൽനിന്ന് മൈക്രോബയോളജിയിൽ പരിശീലനംനേടിയശേഷം അഗ്രിക്കൾച്ചറൽ കസ്റ്റംസിൽ ഇൻസ്പെക്ടറായി ഉദ്യോഗം സ്വീകരിച്ചു. ഇയെച്ചി കുറെസോവ എന്ന സസ്യരോഗ വിദഗ്ധനായിരുന്നു മേലുദ്യോഗസ്ഥൻ. ഇടയ്ക്ക് കഠിനമായ ന്യൂമോണിയ ബാധിച്ച് കിടപ്പിലായി. സാമാന്യം നീണ്ട ആശുപത്രിവാസത്തിനുശേഷം പുറത്തുവന്നത് കടുത്ത വിഷാദരോഗിയായിട്ടാണ്. ഒരു വലിയ കഥയാണിത്. ആ കഥ ഫുക്കുവോക്കയുടെ വായിൽനിന്നു തന്നെ കേൾക്കുക.

"ഞാനന്ന് വെറുമൊരു യുവാവായിരുന്നു. വയസ് ഇരുപത്തിയാറ്. യോക്കൊഹാമ കസ്റ്റംസ് വിഭാഗത്തിലെ സസ്യപരിശോധനാവിഭാഗത്തിൽ ഒരു ചെറിയ ഉദ്യോഗസ്ഥനെന്ന നിലയിൽ ഔദ്യോഗിക ജീവിതം തുടങ്ങി. തുറമുഖത്ത് ഇറക്കുകയും കയറ്റുകയും ചെയ്യുന്ന ധാന്യങ്ങളിലൊ മറ്റു സസ്യോൽപ്പാദനങ്ങളിലോ അണുബാധയുണ്ടോയെന്ന് പരിശോധിച്ചുറപ്പിക്കേണ്ടത് എന്റെ ചുമതലയായിരുന്നു. ഒഴിവുസമയങ്ങൾ സസ്യരോഗങ്ങളെക്കുറിച്ച് കൂടുതൽ പഠിക്കാൻ പരീക്ഷണശാലയിൽ ചെലവഴിച്ചു.

വിളകളെയും മറ്റും ബാധിക്കുന്ന കീടങ്ങളെക്കുറിച്ച് കൂടുതലറിവു നേടിയെടുക്കാൻ ഇതുവഴി കഴിഞ്ഞു. യമാറ്റേ പാർക്കിനടുത്താണ് ഞങ്ങളുടെ ലബോറട്ടറി സ്ഥിതിചെയ്യുന്നത്. അവിടെനിന്നു നോക്കിയാൽ തുറമുഖം കാണാം. വളരെ ശാന്തമായ പ്രദേശം. ഗവേഷണത്തിന് ഏറ്റവും പറ്റിയ സ്ഥലം.

എന്റെ മേധാവി ഇയെച്ചികുറൊസാവയുണ്ടല്ലോ, സസ്യരോഗവിജ്ഞാനീയത്തിൽ ഒരപാരപണ്ഡിതൻ തന്നെയായിരുന്നു അങ്ങോർ. ഞാൻ പിതാവിനുതുല്യം ബഹുമാനിച്ചിരുന്ന വ്യക്തി. സാറിന്റെ അനുഗ്രഹാശിസ്സുകളോടെ നാരങ്ങച്ചെടികളെ ബാധിക്കുന്ന ഒരു രോഗത്തെക്കുറിച്ച് ഗവേഷണമാരംഭിച്ചിട്ടേ ഉണ്ടായിരുന്നുള്ളൂ. എല്ലാ ശ്രദ്ധയും പഠനത്തിൽ കേന്ദ്രീകരിച്ച ദിവസങ്ങൾ. സൂക്ഷ്മദർശിനി എന്റെ സന്തതസഹചാരി. അതിന്റെ സുതാര്യകാഴ്ചയിലൂടെ ദീർഘനേരം സൂക്ഷിച്ചുനോക്കിയതുമൂലം ശരീരം തളർന്ന് എത്രയോ തവണ മൂർച്ഛിച്ചുവീണുപോയിട്ടുണ്ട്...."

സൂക്ഷ്മദർശിനിയുടെ ചില്ലിലൂടെ ഫുക്കുമോക്ക ദർശിച്ച ആ പ്രപഞ്ചം എത്രമാത്രം വിചിത്രമായിരുന്നെന്നോ! ഈ സൂക്ഷ്മലോകവും തനിക്കു ചുറ്റുമുള്ള സ്ഥൂലലോകവും തമ്മിൽ എന്തൊരു സാദൃശ്യമാണെന്ന് ആ യുവാവ് ചിന്തിക്കാൻ തുടങ്ങി. അധ്വാനഭാരത്താൽ താമസിയാതെ അയാൾ രോഗിയായി അത് ന്യൂമോണിയയായി വളർന്നു.

ആശുപത്രിക്കട്ടിലിൽ അവശനായിക്കിടന്ന് തളർന്ന ദൃഷ്ടികൾ ജനലിലൂടെ പുറത്തേക്കു പായിച്ചു. പൊട്ടിപ്പോയ ഒരു ജനൽപ്പാളിയിലൂടെ ശിശിരത്തിന്റെ തണുപ്പും മഞ്ഞും പ്രകൃതി അയാളുടെമേൽ കോരിയിട്ടു. പുതപ്പിനുള്ളിൽ ശരീരത്തിന് ഇളംചൂടായിരുന്നെങ്കിലും മുഖം മഞ്ഞുതെറിച്ചുവീണ് മിക്കവാറും മരവിച്ചുപോയിരുന്നു. ഒരു നഴ്സ് വന്ന് പനിയളന്നിട്ടുപോയി. സ്വകാര്യമുറിയായതുകൊണ്ട് ആൾതിരക്കോ ബഹളമോ ഒന്നും അകത്തേക്ക് കടന്നില്ല. ആ ഏകാന്തതയിലും പ്രശാന്തതയിലും മനസ്സ് വിലയംപ്രാപിച്ചു. പെട്ടെന്ന് മരണം മുന്നിൽവന്ന് നിൽക്കുന്നതായിതോന്നി. അത് തന്റെ മുഖത്തേക്കുതന്നെ തുറിച്ചുനോക്കുന്നു. പേടിച്ചുവിറച്ചുപോയി.

ആസ്പത്രിവാസം കുറേദിവസം നീണ്ടു. രോഗം മാറി എഴുന്നേറ്റിട്ടും വിഷാദചിന്തകൾ വിട്ടുമാറിയില്ല. മരണത്തെയും ജീവിതത്തെയും കുറിച്ചുള്ള ചിന്തകൾ മനസിനെ വേട്ടയാടി. ഉറക്കം കുറഞ്ഞു. ജോലിയിൽ ശ്രദ്ധ കേന്ദ്രീകരിക്കാൻ പറ്റാതായി. കടൽത്തീരത്തും തുറമുഖത്തിന്റെ ചുറ്റുവട്ടത്തുമായി രാത്രി നീളെ അലഞ്ഞുനടന്നു. അങ്ങനെ നടന്ന് നടന്ന് ഒരു രാത്രി തളർന്നുവീണു. തുറമുഖത്തിനഭിമാനമായി നിൽക്കുന്ന കുന്നിൻമുകളിലായിരുന്നു അപ്പോൾ. ഒരു മരത്തിൽ തട്ടി ഉരുണ്ടു താഴെയെത്താതെ രക്ഷപ്പെട്ടു. ആ കിടപ്പ് വളരെനേരം നീണ്ടുനിന്നു. ഉറങ്ങാത്ത, ഉണരാത്ത ഒരു പ്രത്യേകാവസ്ഥയായിരുന്നു അത്. അങ്ങനെ

യിരിക്കെ കിഴക്ക് വെള്ളകീറി. ഇരുട്ടിന്റെ മറനീക്കി തുറമുഖം മുന്നിൽ തെളിഞ്ഞു. തണുത്ത കാറ്റുവീശി. മൂടൽമഞ്ഞ് നീങ്ങാൻ തുടങ്ങി. എവിടെനിന്നോ ഒരു പാതിരാകൊക്ക് പറന്നുവന്നു. ഉച്ചത്തിൽ കരഞ്ഞുകൊണ്ട് വന്നപോലെ അപ്രത്യക്ഷമായി. അതിന്റെ ചിറകടിയൊച്ച വ്യക്തമായി കേട്ടു. പെട്ടെന്ന് തന്റെ സന്ദേഹങ്ങളും സംശയങ്ങളും എവിടെയോ ആപ്രത്യക്ഷമായെന്ന് ഫുക്കുവോക്കൊ പറയുന്നു. കൺമുമ്പിലെ മൂടൽമഞ്ഞ് പാടെ അലിഞ്ഞില്ലാതായി. ഒരു കാറ്റ് വന്ന് എല്ലാം പറത്തിക്കൊണ്ടുപോയി.

"ഒരു കാര്യമൊഴിച്ച് മറ്റൊന്നും എനിക്കിപ്പോൾ അറിഞ്ഞുകൂടാ. ഞാൻ മറ്റൊരാളായി മാറിക്കഴിഞ്ഞിരിക്കുന്നു. ഞാനറിയാതെ വായിൽനിന്ന് ചില വാക്കുകൾ പുറത്തുവന്നു." ഈ ലോകത്തിൽ യഥാർഥമായി യാതൊന്നുമില്ല എന്നതായിരുന്നു ആ വാക്കുകൾ. തുടർന്ന് സന്തോഷംകൊണ്ട് നൃത്തംചെയ്യാൻ തുടങ്ങി. ചുറ്റുമുള്ള വൃക്ഷലതാദികളിൽനിന്ന് പക്ഷികളുടെ കളകൂജനം കേട്ടു. ഉദയസൂര്യന്റെ രശ്മികളേറ്റ് തിരമാലകൾ തിളങ്ങി. ഇളംകാറ്റിൽ ലതകൾ പ്രസന്നതയോടെ നൃത്തംചെയ്തു. ഇതാ ഭൂമിയിലൊരു സ്വർഗമെന്ന് ചുറ്റുമുള്ള ലോകത്തെ നോക്കി ആവേശപൂർവം പറഞ്ഞു. അതോടെ തന്നെ ഗ്രസിച്ചിരുന്ന എല്ലാ വേദനകളും അദൃശ്യമാകുന്നതായി അദ്ദേഹം അറിഞ്ഞു.

അവിസ്മരണീയമായ ആ പ്രഭാതം തന്റെ ജീവിതത്തെയാകെ മാറ്റിമറിച്ച കഥയാണ് ഫുക്കുവോക്ക തുടർന്ന് പറയുന്നത്. പിറ്റേന്ന് അതായത് 1938 മെയ് പതിനാറാംതീയതി അയാൾ ആപ്പീസിൽ ചെന്ന് രാജിക്കത്ത് ഏൽപ്പിച്ച് തന്റെ വഴി മറ്റൊന്നാണെന്ന് തുറന്നു പറഞ്ഞു. തീരുമാനം പിൻവലിപ്പിക്കാൻ എല്ലാവരും കിണഞ്ഞു ശ്രമിച്ചെങ്കിലും വഴങ്ങിയില്ല. അവസാനം, ഈ കിറുക്കിനു മരുന്നില്ലെന്നു പറഞ്ഞ് സഹപ്രവർത്തകർ പിന്തിരിഞ്ഞു.

തുടർന്ന് സ്വതന്ത്രമായ സഞ്ചാരങ്ങൾ പ്രകൃതിയെ അറിയാൻ. അതിനിടയിൽ അപരിചിതരോട് സ്വച്ഛന്ദമായി സംവദിച്ചു. തന്റെ വിശ്വാസങ്ങളെക്കുറിച്ച് അവരെ പറഞ്ഞു കേൾപ്പിച്ചു. ഒന്നിനും ഒരർഥവും മൂല്യവുമില്ലെന്നു പറഞ്ഞപ്പോൾ അതിന്റെ നിഷേധാത്മകമായ അർഥം മാത്രമാണ് പലരും ഉൾക്കൊണ്ടതെന്നു വ്യക്തമായി. ഒരു ഭ്രാന്തനെയെന്നപോലെ അവരയാളെ പകച്ചുനോക്കി. ചിലർ ചിരിച്ചു. പരിഹസിച്ചു. അങ്ങനെ കുറേയേറെ യാത്രചെയ്തശേഷം പിതാവ് നോക്കി നടക്കുന്ന കൃഷിയിടത്തിൽ എത്തിച്ചേർന്നു.

സ്വന്തം ആശയങ്ങൾ മൂർത്തമായ രൂപത്തിൽ ആളുകളെ ബോധ്യപ്പെടുത്താൻ എന്താണ് വഴി? യാത്രാനുഭവങ്ങളുടെ വെളിച്ചത്തിലുള്ള ആ സംശയത്തിന് 'കൃഷിയിലൂടെ' എന്ന് അപ്പോൾത്തന്നെ ഉത്തരം കിട്ടി. തന്റെ രക്തത്തിൽ അതുണ്ട്. പരീക്ഷണശാലയിൽനിന്നും പാടങ്ങ

ളിൽനിന്നും നേരിട്ട് നേടിയെടുത്ത അറിവുകളുമുണ്ട്. അച്ഛൻ വിട്ടുകൊടുത്ത തോട്ടത്തിൽ കുടിൽകെട്ടി താമസമായി. ഒന്നും ചെയ്യാതിരിക്കുകയെന്ന തന്റെ കൃഷിസമ്പ്രദായത്തിന്റെ പരീക്ഷണവേദിയാവുകയാണ് ഈ ഭൂമി. ആയിരം വിശദീകരണങ്ങളെക്കാൾ ഫലപ്രദമാവുക ഒരു പ്രായോഗിക പ്രവർത്തനമായിരിക്കുമല്ലോ.

ഒരുപഴത്തോപ്പു മുഴുവനായിത്തന്നെ അച്ഛൻ വിട്ടുകൊടുത്തിരുന്നു. വിളവെടുപ്പു സുഗമമാക്കുംവിധം എല്ലാ വൃക്ഷങ്ങളുടെയും ചില്ലകൾ വെട്ടി ചിതംവരുത്തിവച്ച സമയമായിരുന്നു. ആ രീതി ഇനിയങ്ങോട്ടു തുടരേണ്ടതില്ലെന്നു തീരുമാനിച്ചു. വെട്ടിമാറ്റിയ കൊമ്പുകളെല്ലാം വീണ്ടും വളർന്നു. ചില്ലകൾ അന്യോന്യം പിണഞ്ഞ് കട്ടിപ്പന്തലുകളൊരുക്കി. വൃക്ഷച്ചുവടുകൾ കാടുകെട്ടി. കീടങ്ങൾ പെരുകി. രോഗംപിടിച്ച് മിക്കവൃക്ഷങ്ങളും നശിച്ചുതുടങ്ങി.

പ്രകൃതിയിൽ എവിടെയായാലും ഏതു ജീവിയും സ്വയം വളർന്നുകൊള്ളുമെന്നും അതിനുവേണ്ടി മനുഷ്യരായ നാം പ്രത്യേകമായി യാതൊന്നും ചെയ്യേണ്ടതില്ലെന്നുമായിരുന്നു കഥാപുരുഷന്റെ കാഴ്ചപ്പാട്. എല്ലാറ്റിനുമെല്ലാറ്റിനും പ്രകൃതിയുടേതായ ഒരു വഴിയുണ്ട്. ആ വഴി പോകാൻ അനുവദിക്കുക മാത്രമാണ് നാം ചെയ്യേണ്ടത്. എന്നാൽ സിദ്ധാന്തം പ്രയോഗത്തിലാക്കാൻ ശ്രമിക്കുമ്പോൾ വൈതരണികൾ നിരവധിയുണ്ടാകുമെന്ന് അനുഭവം തെളിയിച്ചു.

സമൃദ്ധമായി വിളവുതന്നിരുന്ന തോട്ടങ്ങൾ രോഗംപിടിച്ച് നശൂലമായിക്കിടക്കുന്നതുകണ്ട് പിതാവ് അസ്വസ്ഥനായി. മകനെ കണക്കിന് ശാസിച്ചു. കൃഷി നിനക്കു പറഞ്ഞ പണിയല്ല, പോയി വേറെ വല്ലതും ചെയ്യ് എന്നുപദേശിച്ചു. അക്കാലത്തദ്ദേഹം ഗ്രാമത്തലവൻ കൂടിയായിരുന്നു. അതുകൊണ്ട് അദ്ദേഹത്തെ ധിക്കരിച്ച് തലതിരിഞ്ഞ ഈ കൃഷിരീതിയിൽ മകനെ സഹായിക്കാൻ ആരും തയാറായില്ല. അപ്പോഴേക്കും രണ്ടാംലോകയുദ്ധവും ആരംഭിച്ചുകഴിഞ്ഞിരുന്നു. നിർബന്ധ സൈനികസേവനമെന്ന ഭീഷണി നിലനിൽക്കുന്നു. ഫുക്കുവോക്കയ്ക്ക് അതിൽ തീരെ താൽപ്പര്യമുണ്ടായിരുന്നില്ല. കൃഷിക്കാരെല്ലാം സൈനികസേവനത്തിനു പൊയ്ക്കൊള്ളണമെന്നാണ് നിയമം. ഉദ്യോഗസ്ഥനായാൽ ഒഴിവുകിട്ടും. അതുകൊണ്ട് കാർഷികവൃത്തിയിൽ നിന്ന് തലയൂരി അച്ഛന്റെ വാക്കുകളെ മാനിച്ചെന്നുവരുത്തി മറ്റൊരു ജോലി സ്വീകരിച്ചു.

സസ്യരോഗങ്ങളുടെ നിയന്ത്രണവുമായി ബന്ധപ്പെട്ട ഉദ്യോഗമായിരുന്നു. ശാസ്ത്രീയകൃഷിയെ പ്രോത്സാഹിപ്പിക്കുവാനുള്ള സംരംഭങ്ങളുടെ ഭാഗമായിരുന്നു അതെല്ലാം. കൃഷിയെക്കുറിച്ച് പഠിക്കുന്തോറും എന്തല്ല കൃഷി എന്നു വ്യക്തമായിവന്നു. യുദ്ധകാലമായതുകൊണ്ട് കൂടുതൽ ഭക്ഷ്യപദാർഥങ്ങൾ വിളയിക്കുകയെന്നത് എല്ലാവരുടെയും ഉത്തരവാദിത്വമായിരുന്നു. പ്രകൃതികൃഷിയെയും പ്രകൃതിവിരുദ്ധ കൃഷിയെയും താര

തമ്യം ചെയ്യാൻ കിട്ടിയ അസുലഭസന്ദർഭം. പരമാവധി ഉൽപ്പാദനമാണ് ലക്ഷ്യമെങ്കിൽ പിന്നെ ഒന്നും നോക്കാനില്ല. പരമാവധി രാസവളങ്ങൾ പരമാവധി കീടനാശിനികൾ. ജോലിചെയ്ത എട്ടുവർഷം വളരെ വില പ്പെട്ടതായി. സമാന്തരമായ മറ്റൊരു ഗവേഷണം രഹസ്യമായി നടത്തുക യായിരുന്നു ആ കാലം മുഴുവൻ.

"നിലവിലുള്ള വിശ്വാസം എന്താണെന്ന് വിശദമായി പരിശോധിച്ചു. മനുഷ്യമസ്തിഷ്കത്തിന്റെ അപാരമായ കഴിവുകൾ ഉപയോഗപ്പെടുത്തി ക്കൊണ്ടുള്ള രാസകൃഷി പ്രകൃതികൃഷിയേക്കാൾ എത്രയോ മഹത്തര മാണെന്ന് ആളുകൾ പൊതുവെ വിശ്വസിക്കുന്നതായി ബോധ്യപ്പെട്ടു. ഈ വിശ്വാസം എത്ര കണ്ട് ശരിയാണ്? പ്രകൃതികൃഷിക്ക് മഹത്വം കൈവരി ക്കാനാകില്ലേ? ഇതായിരുന്നു ആ സമയം മനസിനെ മഥിച്ചുകൊണ്ടിരുന്ന പ്രധാനചോദ്യം.

വർഷങ്ങൾ കഴിഞ്ഞു. യുദ്ധം അവസാനിച്ചു. സ്വാതന്ത്ര്യത്തിന്റെ ശുദ്ധവായു വീണ്ടും ശ്വസിക്കാനവസരം ലഭിച്ചു. ജോലിമതിയാക്കി ആശ്വാ സപൂർവം കൃഷിയിടത്തിലേക്കു മടങ്ങി. പഠിക്കേണ്ടതൊക്കെയും ആ സമ യമായപ്പോഴേക്കും പഠിച്ചുകഴിഞ്ഞിരുന്നു.

മുപ്പതുവർഷം തുടർച്ചയായി പിതാവിൽനിന്നും കിട്ടിയ ആ മണ്ണിൽ കൃഷിചെയ്തു. ആ മുപ്പതുവർഷം സ്വന്തം അയൽക്കാരോടല്ലാതെ പുറം ലോകത്തെ ഒരു മനുഷ്യനുമായും ബന്ധപ്പെടാതെ അവിടെ ജീവിച്ചു. 'ഒന്നും ചെയ്യാനില്ലാത്ത' കൃഷിരീതിയിലേക്ക് സാവധാനം നടന്നടുക്കു കയായിരുന്നു ഈ നീണ്ട കാലയളവുകൊണ്ട്. പരാജയങ്ങളൊക്കെയും വിജയങ്ങളായിത്തീർന്ന കഥകൂടിയാണിത്.

ആധുനിക കൃഷിരീതിയുടെ സമ്പ്രദായം എന്താണ്? അങ്ങനെ ചെയ്യുക, ഇങ്ങനെ ചെയ്യുക എന്ന് അത് പേർത്തും പേർത്തും കൃഷി ക്കാരനോടാജ്ഞാപിക്കുന്നു. ഒട്ടനവധി കാര്യങ്ങൾ മാറിമാറി പ്രയോഗി ക്കാൻ നിർബന്ധിക്കുന്നു. ഓരോ പ്രയോഗവും കൃഷിക്കാരന്റെ ജോലി ഭാരം വർധിപ്പിക്കുന്നു.

ഒന്നുംചെയ്യാനില്ലാത്ത കൃഷിയുടെ രീതികൾ ഇതിനു നേർവിപരീ തമാണ്. ഇങ്ങനെ ചെയ്യാതിരുന്നാലെന്ത്? അങ്ങനെ ചെയ്യാതിരിക്കുകയ ല്ലേ വേണ്ടത്? എന്ന രീതിയിലാണ് ഇതിന്റെ പ്രയോക്താക്കളുടെ ചിന്ത കൾ പോകുന്നത്. നോക്കൂ, എന്തെല്ലാം പങ്കപ്പാടുകളാണ് ഒഴിവായിക്കി ട്ടുന്നത്– കിളയ്ക്കേണ്ട. ഉഴേണ്ട. വളം ചേർക്കേണ്ട. കമ്പോസ്റ്റുണ്ടാക്ക ണ്ട. ചാരം ശേഖരിക്കേണ്ട. കീടനാശിനികളെക്കുറിച്ച് ചിന്തയേ വേണ്ട. ഇങ്ങനെ കൃഷിയുടെ ഓരോ ഘട്ടത്തിലും ജോലിഭാരം കുറഞ്ഞുവരിക യാണ് ചെയ്യുക. ചെടികൾ വളരുന്നതും പൂക്കുന്നതും കായ്ക്കുന്നതും നോക്കി നിർവൃതികൊള്ളുക മാത്രമാണ് നിങ്ങളുടെ ജോലി!

കൃഷി എത്ര ശാസ്ത്രീയമാകുന്നോ അത്രയും ജോലിഭാരം കൂടിവ

രുന്നു എന്നാണ് ഫുക്കുവോക്കയുടെ വിലയിരുത്തൽ. എന്താണിതിനു കാരണം? ഉത്തരം വളരെ ലളിതം. കൃഷിയിടത്തിൽ നിങ്ങൾ പ്രയോഗിക്കുന്ന ഓരോ ശാസ്ത്രീയ മാർഗവും അതിന്റെ സ്വാഭാവികമായ സന്തുലനത്തെ തകിടം മറിക്കും. നഷ്ടപ്പെട്ടതു വീണ്ടെടുക്കാതെ പറ്റില്ലല്ലൊ. അതിനായി കൂടുതൽ ശാസ്ത്രീയമാർഗങ്ങൾ അവലംബിക്കേണ്ടിവരുന്നു. സന്തുലനം വീണ്ടെടുക്കാൻ ചെയ്യുന്നതു പക്ഷേ, പ്രകൃതിക്കുമേൽ കൂടുതൽ കൂടുതൽ ആഘാതമേൽപ്പിക്കുന്ന ഒരു പരിണതിയിലേക്കാണ് നീണ്ടുപോവുക. തുടർന്ന് വീണ്ടും കൂടുതൽ കടുത്ത ശാസ്ത്രീയമാർഗങ്ങൾ. ഒരു ദൂഷിതവലയമാണിത്. കീടനിയന്ത്രണത്തിന്റെ പേരിൽ കൂടുതൽ കടുത്ത രാസവിഷങ്ങൾ രംഗത്തുവരുന്നത് ഇങ്ങനെയൊക്കെയാണല്ലൊ.

കൃഷിയെ മാത്രം ബാധിക്കുന്ന കാര്യമാണോ ഇത്? അല്ല. മനുഷ്യസമൂഹത്തിൽ നടക്കുന്ന ഏതു പ്രവർത്തനമെടുത്താലും കാര്യങ്ങൾ ഇങ്ങനെയൊക്കെയാണ് മുന്നോട്ടു നീങ്ങുന്നത്. നമുക്ക് കൂടുതൽ ഡോക്ടർമാരും കൂടുതൽ ആതുരാലയങ്ങളും മരുന്നുകളും വേണ്ടിവരുന്നത് എന്തുകൊണ്ടാണ്? മനുഷ്യൻ തനിക്കുചുറ്റും രോഗാതുരമായ ഒരു പരിസ്ഥിതി സൃഷ്ടിക്കുന്നതല്ലേ അതിന്റെ മൂലകാരണം? ഔപചാരിക വിദ്യാഭ്യാസത്തിന് ഔപചാരികമേന്മകൾ ഒന്നുംതന്നെയില്ലെങ്കിലും നമുക്കതു വേണ്ടെന്നുവെക്കാൻ കഴിയാത്തത് അത്തരമൊരു വിദ്യാഭ്യാസത്തിന്റെ സഹായമില്ലാതെ മുന്നോട്ടുപോകാൻ പറ്റാത്ത ഒരു സാഹചര്യം നാമിവിടെ സൃഷ്ടിച്ചതുകൊണ്ടല്ലേ? ഇദ്ദേഹമുയർത്തുന്ന ചോദ്യങ്ങളുടെ സ്വഭാവമാണിത്.

ഫലവൃക്ഷത്തോട്ടത്തിന്റെയനുഭവം മനസിൽ തന്നെ ഉണ്ടായിരുന്നു. ചില്ലകൾ വെട്ടി ചിതം വരുത്തി പ്രകൃതിക്കു പരിചയമില്ലാത്ത ഒരന്തരീക്ഷം സൃഷ്ടിച്ചപ്പോൾ ശീലങ്ങൾ മാറി. അങ്ങനെയൊക്കെ ചെയ്താലേ വൃക്ഷങ്ങൾ പുഷ്ടിപ്പെടുകയും നല്ല കാഫലം നൽകുകയും ചെയ്യുകയുള്ളൂ എന്നുവന്നു. പിന്നീട് താൻ ചെന്ന് ആ പരിസ്ഥിതിയെ തകിടം മറിച്ചുകൊണ്ട് വൃക്ഷങ്ങളെ കാടുപോലെ വളരാൻ അനുവദിച്ചപ്പോൾ അങ്ങനെയൊരു ശീലമില്ലാത്ത അവ പൊരുത്തപ്പെടാനാകാതെ രോഗലക്ഷണങ്ങൾ കാട്ടിത്തുടങ്ങി. രണ്ടേക്കർ സ്ഥലത്തെ ഫലവൃക്ഷങ്ങൾ മുഴുക്കെ രോഗംപിടിച്ച് ഉണങ്ങിപ്പോകാൻ അതാണ് കാരണം.

എന്താണ് പ്രകൃതിയുടെ രീതിയെന്ന ചോദ്യത്തിനുത്തരം കണ്ടെത്താൻ പിന്നെയുമൊരു നൂറു തരുക്കളെക്കൂടി ബലികൊടുക്കേണ്ടിവന്നു. അവസാനമവസാനം, 'ഇതാ, ഇതാണ് പ്രകൃതിയുടെ രീതി'യെന്ന് ഉറക്കെ വിളിച്ചുപറയാനുള്ള ആത്മവിശ്വാസം നേടിയെടുക്കാൻ കഴിഞ്ഞു. സസ്യങ്ങളെ അവയുടെ പ്രാകൃതികമായ അവസ്ഥയിൽനിന്ന് വ്യതിചലിപ്പിക്കുന്നതോടെ കൃഷിപ്പണിയും വളപ്രയോഗവും കീടനിയന്ത്രണവുമെല്ലാം അനിവാര്യമായിവരും. പ്രകൃതി നൽകുന്ന വിദ്യാഭ്യാസ

ത്തിൽനിന്ന് അകലുന്തോറും ഔപചാരികവിദ്യാഭ്യാസം ഒഴിവാക്കാനാ കാത്തതായി മാറുന്നതുപോലെ.

താൻ ഫലവൃക്ഷത്തോപ്പിൽ ചെയ്ത തെറ്റ് മാതാപിതാക്കൾ അവരുടെ കുട്ടികളോടു കാട്ടുന്നുവെന്നാണ് ഫുക്കുവോക്ക നിരീക്ഷിക്കുന്നത്. ചുറ്റും പ്രകൃതിയുടെ സംഗീതമുള്ളപ്പോൾ കുട്ടികളെ മറ്റൊരു സംഗീതമഭ്യസിപ്പിക്കുന്നത് വിഡ്ഢിത്തമല്ലെ എന്നാണ് ചോദ്യം. ഒരു കുഞ്ഞിന്റെ ചെവികൾ സ്വാഭാവികമായ രീതിയിൽ പ്രകൃതിയിലെ സംഗീതം പിടിച്ചെടുക്കുകയും അവരത് ആസ്വദിക്കുകയും ചെയ്യുന്നു. ഒരരുവിയുടെ കളകളാരവം ഇലകളുടെ മർമരം. കിളികളുടെ പാട്ട്. തവളകളുടെ പോക്രോം പോക്രോം. കാറ്റിന്റെ ചൂളംവിളി. ഇതെല്ലാം സംഗീതമാണ്. എന്നാൽ മറ്റുപല ശബ്ദങ്ങളും കടന്നുവന്ന് ചെവിയിൽ ആധിപത്യമുറപ്പിക്കുന്നതോടെ കുഞ്ഞിന് പ്രകൃതിയുടെ സംഗീതം കേൾക്കാനാവാതെ വരും. അഥവാ കേട്ടാലുമതു തിരിച്ചറിയാനാവാതെ വരും. പ്രകൃതിയുടെ ശബ്ദങ്ങൾ ആസ്വദിക്കാൻ അവസരം കിട്ടാത്ത കുഞ്ഞുങ്ങൾക്ക് സംഗീതാഭ്യസനം അനിവാര്യംതന്നെയായിത്തീരുന്നു.

പ്രാകൃതികമായതെല്ലാം നല്ലതാണെന്ന് എല്ലാവരും പറയും. എന്നാൽ പ്രാകൃതികവും കൃത്രിമവും തമ്മിൽ വേർതിരിച്ചറിയാൻ ആർക്കുമറിഞ്ഞുകൂടാ.

ഫലവൃക്ഷത്തോപ്പിന്റെ ഉദാഹരണത്തിലേക്ക് വീണ്ടും വരിക. രോഗം വരുത്തിവച്ചശേഷം അതു സുഖപ്പെടുത്തി വൃക്ഷങ്ങളെ രക്ഷിച്ചാൽ അതൊരു വൻസംഭവമായി കൊണ്ടാടപ്പെടും. ഏതുപോലെയെന്നാൽ നിങ്ങൾ പാർക്കുന്ന വസതിയുടെ ഓട് നിങ്ങൾതന്നെ എറിഞ്ഞുപൊട്ടിച്ചിട്ട് മേൽക്കൂരയിലൂടെ വെള്ളം ചോർന്ന് കഴുക്കോലും പട്ടികയും അളിഞ്ഞ് നാനാവിധമാകാൻ അനുവദിച്ചശേഷം ഒരുദിവസം ഓടുമാറ്റിവച്ച് ഞാനിതാ മഹത്തായ ഒരു കാര്യംചെയ്ത് എന്റെ വീടിനെ രക്ഷിച്ചിരിക്കുന്നു എന്ന് അഭിമാനിക്കുന്നതുപോലെ!

ശുദ്ധവും സ്വച്ഛവുമായ സംഗീതം ആസ്വദിക്കാൻ കഴിയുംവിധം വളർത്തപ്പെട്ട ഒരു കുഞ്ഞിന് വയലിനൊ പിയാനോയൊ വായിച്ച് ജനപ്രിയനാകാൻ കഴിയുകയില്ലായിരിക്കാം. എന്നാൽ യഥാർഥസംഗീതം ആലപിക്കാൻ, ആസ്വദിക്കാൻ അവന്/അവൾക്കുള്ള സ്വതഃസിദ്ധമായ കഴിവിനെ ഇത് ഒരുതരത്തിലും ബാധിക്കുകയില്ല.

പ്രാകൃതികമായ രീതിയിൽ വളരുന്ന ഒരു വൃക്ഷത്തിന് അതിന്റെ എല്ലാഭാഗത്തും ആവശ്യമായ രീതിയിൽ സൂര്യപ്രകാശം ലഭ്യമാകുന്ന രീതിയിൽ ആയിരിക്കും ശാഖകളുടെ ക്രമീകരണം. നൈസർഗികമായ ഈ തുടർച്ചകളിൽ തടസ്സമുണ്ടാകുന്നതോടെ ശാഖകൾ തമ്മിൽ പരസ്പരം സംഘർഷത്തിലാവും. ഒന്നിനുമേൽ മറ്റൊന്നു പടർന്ന് അന്യോന്യം ചുറ്റിപ്പിണയും. സൂര്യരശ്മികൾക്ക് എത്തിച്ചേരാൻ കഴി

യാത്ത ഭാഗങ്ങളിലെല്ലാം ഇലകൾ ഉണങ്ങും. കീടങ്ങളുടെ ആക്രമണമുണ്ടാകും. ഇതോടെ മുറിക്കലും ചെത്തിമാറ്റലുമൊക്കെയായി മനുഷ്യന്റെ ഇടപെടൽ ഒഴിച്ചുകൂടാനാകാതെവരും. അല്ലാത്തപക്ഷം അടുത്തവർഷം കൂടുതൽ ശാഖകൾ കേടായിപ്പോകും. എല്ലാം കേടാക്കിയ ശേഷമാണ് മനുഷ്യൻ അവന്റെ തിരുത്തൽപ്രക്രിയ ആരംഭിക്കുക. വളരെയേറെ ഊർജം അതിനുവേണ്ടി പാഴാകും. തിരുത്തുകൾ വരുത്തിക്കഴിഞ്ഞാൽ പിന്നെ പറയണ്ട, ഇതാ ഞാൻ മഹത്തായ ചിലതു നേടിയിരിക്കുന്നു എന്നമട്ടിൽ ആഘോഷമായി.

രാപ്പകൽ പുസ്തകം വായിച്ചും ഉപകരണങ്ങൾക്കു മുമ്പിൽ തപസിരുന്നും കണ്ണുകേടാകും. എന്തിനുവേണ്ടിയാണ് നിങ്ങൾ ഇതൊക്കെ ചെയ്യുന്നതെന്നു ചോദിച്ചാൽ കിട്ടുന്ന ഉത്തരമോ കാഴ്ചക്കുറവു പരിഹരിക്കാൻ കണ്ണടയുണ്ടാക്കുകയായിരുന്നു താനെന്ന ഉത്തരവും!

പ്രകൃതിയുടെ രീതി എത്ര ലളിതം

വരൂ, നമുക്ക് മസനോബു ഫുക്കുവോക്കയുടെ കൃഷിത്തോട്ടത്തിലേക്ക് പോകാം. നെല്ലും ബാർലിയും വരകും സമൃദ്ധമായി വിളയുന്ന പാടങ്ങൾ ഇവിടെയുണ്ട്. ഇപ്പോൾ വിളഞ്ഞുനിൽക്കുന്ന ബാർലിയെല്ലാം ശേഖരിച്ചാൽ 1300 റാത്തൽ (ഒരു റാത്തൽ = 453 ഗ്രാം) ധാന്യമെങ്കിലും കിട്ടും. കാലേക്കർ സ്ഥലത്തുനിന്നാണ് ഇത്രയും വിളകിട്ടുന്നതെന്നുകൂടി അറിയുക. ഇന്നാട്ടിലെ ഏറ്റവും ഫലപുഷ്ടിയുള്ള, ഏറ്റവും ശ്രദ്ധയോടെ പരിചരിക്കപ്പെടുന്ന കൃഷിഭൂമിയെക്കുറിച്ചു ചോദിച്ചുനോക്കൂ. ഇത്രയും വിളവ് ഒന്നാന്തരമെന്നു വിശേഷിപ്പിക്കപ്പെട്ട പാടങ്ങളിൽനിന്നുപോലും കിട്ടാറില്ലെന്നു ഫുക്കുവോക്ക പറയുന്നു. കൃത്യമായ കണക്കുകളുടെ അടിസ്ഥാനത്തിലാണ് അദ്ദേഹം ഇതുപറയുന്നത്.

പക്ഷേ, കഴിഞ്ഞ ഇരുപത്തിഅഞ്ചുവർഷത്തിനടിയിൽ ഒരിക്കൽപ്പോലും ഈ പാടങ്ങൾ ഉഴുതിട്ടില്ല. തൂമ്പയോ മറ്റു കൃഷി ഉപകരണങ്ങളോ ഈ മണ്ണിനെ സ്പർശിച്ചിട്ടുപോലുമില്ല.

ബാർലിയും വരകും (rye) നെല്ലും മാത്രമല്ല പയറുവർഗത്തിൽപ്പെട്ട ത്രിപത്രി (ക്ലോവർ) എന്ന കാലിത്തീറ്റയും ഈ വയലുകളിൽ ഇഷ്ടംപോലെയുണ്ട്. വരകിന്റെയും ബാർലിയുടെയും വിളവെടുപ്പ് പൂർത്തിയായിക്കഴിഞ്ഞു. നെൽച്ചെടികളിൽ കതിരുകൾ പാകമായിവരുന്നു. മനുഷ്യന്റെ യാതൊരുവിധ ഇടപെടലുകളുമില്ലാതെ, ജൈവവളംപോലും ഉപയോഗിക്കാതെ ഇത്രയും വിള എങ്ങനെയെന്ന ചോദ്യം പല സംശയാലുക്കളും ഉറക്കെ ചോദിക്കുകയുണ്ടായി. പാടങ്ങൾ നേരിൽക്കണ്ടും ഫുക്കുവോക്കയുടെ 'ശുമ്മാകൃഷി' രീതികൾ നിരീക്ഷിച്ചും പ്രകൃതി കൃഷിയുടെ ആരാധകരായിത്തീർന്നവർ നിരവധിയുണ്ട്.

തണുപ്പുകാലത്തിന്റെ വരവറിയിച്ചുകൊണ്ട് മഞ്ഞുവീഴ്ച ആരംഭി

ക്കുന്നതോടെ അദ്ദേഹം തന്റെ പാടങ്ങളിൽ വരകും ബാർലിയും വിതയ്ക്കാൻ തുടങ്ങും. വെവ്വേറെ പാടങ്ങളിലായി ഇവ കൃഷിചെയ്യുന്നു. ആ സമയം ഈ വയലുകളിൽ നെല്ല് കൊയ്യാൻ പാകമായി നിൽക്കുന്നുണ്ടാകും. ഈ ചെടികൾക്കിടയിലാണ് വരകും ബാർലിയും വിതറുക. രണ്ടോ മൂന്നോ ആഴ്ചകൾക്കുശേഷം നെല്ലിന്റെ വിളവെടുപ്പ് ആരംഭിക്കും. കതിരുമാത്രം മുറിച്ചെടുത്ത് വൈക്കോൽ അവിടെത്തന്നെ അഴുകാൻ പാകത്തിലാണ് കൊയ്ത്ത്. ഇത് വളമായി സ്വീകരിച്ച് നേരത്തെ വിതച്ച വരകും ബാർലിയും വളർന്ന് കരുത്തുനേടും.

നെല്ല് വിതയ്ക്കുന്നതും ഇതേരീതിയിൽ തന്നെയാണെന്ന് നിങ്ങൾക്കവിടെ ചെന്നാൽ കാണാം. വരകിന്റെയും ബാർലിയുടെയും വൈക്കോൽ നെൽച്ചെടിക്കു പോഷണമേകുന്നു എന്നർഥം. സാധാരണ കൃഷിരീതികളിൽ ഈ രണ്ടുതരം വിളവുകൾക്കും രണ്ടുവ്യത്യസ്ത രീതികളാണ് അവലംബിക്കുക. എന്നാൽ മൂന്നുതരം വിളവുകളും ഒരേരീതിയിൽ കൃഷിചെയ്യുന്നു എന്നത് പ്രകൃതികൃഷിയുടെ ഒരു മുഖ്യസവിശേഷതയാകുന്നു.

ഇനി കാലിത്തീറ്റയായ ത്രിപത്രിയുടെ കാര്യം നോക്കൂ. പയറുവർഗത്തിലെ അംഗമായതുകൊണ്ട് ധാരാളം വേർമുഴകളുണ്ടാകും. ഇവ അന്തരീക്ഷത്തിൽനിന്ന് നൈട്രജൻ ധാരാളമായി ശേഖരിച്ച് സൂക്ഷിച്ചുവെക്കും. വിളകൾക്കത്യാവശ്യമായ നൈട്രജന്റെ അളവ് ഈ രീതിയിൽ ലഭ്യമാകും. മാംസ്യത്തിന്റെ അവശ്യഘടകമാണ് നൈട്രജൻ എന്നോർക്കണം. മണ്ണിൽനിന്നുണ്ടാകുന്ന നൈട്രജൻ ശോഷണം ഈ രീതിയിൽ കൃത്യമായും സുസ്ഥിരമായും പരിപാലിക്കപ്പെടും. അമിതപോഷണത്തിന്റെ കെടുതികൾ ഒരിക്കലും അനുഭവപ്പെടുകയില്ല. വിവേചനരഹിതമായി രാസവളങ്ങൾ ഉപയോഗിക്കുമ്പോൾ പലപ്പോഴും ഇതാണല്ലോ സംഭവിക്കുന്നത്. ഈ ത്രിപത്രി കൃഷിചെയ്യുന്നതിനും ഒരു സമയമൊക്കെയുണ്ട്. ഉദാഹരണമായി ഒക്ടോബറിലാണ് ത്രിപത്രി വിതച്ചതെങ്കിൽ ഒക്ടോബർ പകുതിയാകുമ്പോൾ ബാർലിയും വരകും. നവംബർ ആദ്യം നെല്ലിന്റെ വിളവെടുപ്പ്. തുടർന്ന് അടുത്തവർഷത്തേക്കുള്ള വിത. കീടശല്യം ഇത്തരം തന്ത്രങ്ങളിലൂടെ സ്വയം നിയന്ത്രണവിധേയമാക്കപ്പെടുമെന്നത്രെ ഈ ആചാര്യന്റെ അനുഭവം. അങ്ങനെയൊരു കാര്യത്തെക്കുറിച്ച് ആലോചിക്കേണ്ടി വരാറില്ലെന്നും അദ്ദേഹം പറയുന്നു. പിന്നെ കുറച്ചു ധാന്യം പ്രാണികളും പക്ഷികളുംകൂടി പങ്കുകൊണ്ടോട്ടെ എന്നു വിചാരിച്ചാൽ എല്ലാമായി. ശത്രു–മിത്രം എന്ന ഒരു ദ്വന്ദ്വം ഫുക്കുവോക്കയുടെ കൃഷിരീതിയിൽ വരുന്നതേയില്ല.

ഇതുവരെ പറഞ്ഞതിൽനിന്നു വ്യക്തമാകുന്ന ഒരു കാര്യം ഇതാണ്: ആധുനിക ശാസ്ത്രീയ കൃഷിരീതിയെ മാത്രമല്ല, എല്ലാ നാടുകളിലും പ്രചാരത്തിലുള്ള പാരമ്പര്യരീതികളെയും ഈ കൃഷിക്കാരൻ തന്റെ കൃഷിസമ്പ്രദായത്തിൽനിന്നു മാറ്റിനിർത്തുന്നു.

മുകളിൽ സൂചിപ്പിച്ച കാര്യങ്ങൾ മറ്റൊന്നുകൂടി വ്യക്തമാക്കുന്നുണ്ട്

– ഫുക്കുവോക്കയുടെ രീതിയിൽ വളത്തിനോ കീടനിയന്ത്രണത്തിനോ ഒരു പ്രാധാന്യവുമില്ലെന്നു വിചാരിക്കുന്നത് ഒരർഥത്തിൽ തെറ്റാണ്. വളം ചേർക്കുന്നില്ല എന്നേയുള്ളൂ. കൃഷിരീതിയുടെ ഭാഗമായിത്തന്നെ വളങ്ങൾ സ്വയം ഉണ്ടാകുന്നു. അത്യാവശ്യപോഷണം സ്വയം നിർവഹിക്കപ്പെടുന്നു. വെള്ളം പ്രകൃതി തന്നെ നൽകുന്നു. കീടങ്ങൾ സ്വയം നിയന്ത്രണ വിധേയമാകുന്നു. കൃഷിക്കാരൻ പ്രതീക്ഷ കൈവിടാതെ ക്ഷമാപൂർവം കാത്തിരിക്കുക മാത്രമേ ചെയ്യേണ്ടതുള്ളൂ. ഒന്നിനും ക്ഷമയില്ലാത്ത ഈ ആധുനികകാലം പിന്നെ ഫുക്കുവോക്കയെപ്പോലുള്ളവരെ സഹാനുഭൂതിയോടെ കാണുന്നതെങ്ങനെ?

•

ശാസ്ത്രത്തിന്റെ അന്ധമായ കുതിച്ചുചാട്ടത്തിനെതിരെയുള്ള ഒരു പ്രതികരണമെന്ന നിലയിലാണ് താൻ പ്രകൃതികൃഷി ആരംഭിച്ചതെന്നു ഫുക്കുവോക്ക പറയുന്നു. ശാസ്ത്രപുരോഗതിയുടെ പരിമിതികളെക്കുറിച്ച് കൂടുതലാളുകൾ ബോധവാന്മാരായിക്കൊണ്ടിരിക്കുന്ന കാലമാണിത്. പല രംഗങ്ങളിലും പുനർവിചിന്തനം ആരംഭിച്ചുകഴിഞ്ഞു. ആരോഗ്യസംരക്ഷണരംഗത്ത് സ്വീകാര്യമായ പല അറിവുകളും പഴമയിലുണ്ടെന്ന് തെളിഞ്ഞു വരികയല്ലേ? ആധുനിക വൈദ്യശാസ്ത്രരംഗത്തെ പരിമിതികൾ ഇത്തരം ബദൽ രീതികളിലേക്ക് കൂടുതൽ കൂടുതൽ ആകർഷിക്കുകയല്ലേ? പഴയതെല്ലാം സുന്ദരമാണെന്നു കരുതുന്നതുപോലെ തന്നെ പഴയതെല്ലാം ചീത്തയാണെന്നു വിചാരിക്കുന്നതും ബുദ്ധിശൂന്യതയാണ്. ഫുക്കുവോക്കയ്ക്ക് സമന്വയത്തിന്റെ ഒരു വക്താവല്ലാതായിരിക്കാനാകില്ല. തന്റേതായ രീതികളിൽ അദ്ദേഹം ഉറച്ചനിൽക്കുന്നു. അതേസമയം എല്ലാറ്റിൽനിന്നും നന്മകൾ സ്വാംശീകരിച്ച് സ്വന്തം ജീവിതത്തിൽ ഉപയോഗപ്പെടുത്താൻ നമ്മുടെ മുമ്പിൽ ഒരുവഴി കൂടി തുറന്നു വെക്കുകയാണദ്ദേഹം. ഇഞ്ചിഞ്ചായി മരിക്കുന്ന ഭൂമിയെ രക്ഷിക്കാൻ ഈ മൃതസഞ്ജീവനികൂടി തീർച്ചയായും നമുക്കു പരീക്ഷിച്ചു നോക്കാവുന്നതേയുള്ളൂ.

പാരമ്പര്യകൃഷി രീതിയെക്കുറിച്ചുകൂടി വിശദമായി പഠിച്ചശേഷമാണ് ഫുക്കുവോക്ക പ്രകൃതികൃഷിയാരംഭിക്കുന്നതെന്നുകൂടി നാം മനസിലാക്കേണ്ടതുണ്ട്. ആധുനിക കൃഷിയെക്കുറിച്ചു മാത്രമല്ല, പാരമ്പര്യ രീതികളെക്കുറിച്ചും ക്യോട്ടോ സർവകലാശാലയിലെ ലിതമയുമായി അദ്ദേഹം വിശദമായി ചർച്ചചെയ്തു. ഒരായിരം വർഷംമുമ്പ് ഏതാണ്ട് ഇതേമാതിരിയൊരു പ്രകൃതികൃഷി നിലവിലുണ്ടായിരുന്നതായി പ്രൊഫസർ ചൂണ്ടിക്കാട്ടി. നിലംഉഴുന്ന ഏർപ്പാട് 300 – 400 വർഷം മുമ്പുമാത്രമാണ് വ്യാപകമായതെന്ന് അദ്ദേഹം പറഞ്ഞത്രെ. ആഴത്തിൽ മണ്ണ് കിളച്ചിടാൻ ആ നാട്ടിലെ മനുഷ്യൻ പഠിക്കുന്നത് പാശ്ചാത്യകൃഷിരീതികളുടെ പ്രചാരമുണ്ടായതിനുശേഷം മാത്രമായിരുന്നത്രെ. കൃഷി ഇന്ന് നേരിട്ടുകൊ

ണ്ടിരിക്കുന്ന ഗുരുതരമായ പ്രതിസന്ധിയുടെ വെളിച്ചത്തിൽ നോക്കുമ്പോൾ വരുംതലമുറകൾ പ്രകൃതികൃഷിയിലേക്കു തിരിച്ചുപോകാൻ എല്ലാ സാധ്യതയുമുണ്ടെന്നാണദ്ദേഹത്തിന്റെ പക്ഷം.

ആ നിലയ്ക്ക് ഫുക്കുവോക്കയുടെ പ്രകൃതികൃഷി ഏറ്റവും ആധുനികമായ ഒരു കൃഷിരീതിയാകുന്നു. കൃഷിരംഗത്തെ ഉത്തരാധുനികതയ്ക്ക് അത് തുടക്കംകുറിച്ചു എന്നുതന്നെ പറയാം.

പ്രകൃതികൃഷി യഥാർഥമായും ആരംഭിക്കുംമുമ്പ് മാധ്യമങ്ങൾവഴി അദ്ദേഹം അതിന് പരമാവധി പ്രചാരം നൽകുകയുണ്ടായി. ചില കൃഷി മാസികകൾ ഇതിനുവേണ്ടി ഉപയോഗപ്പെടുത്തി. പത്രങ്ങളിൽ ലേഖനങ്ങൾകൊടുത്തു. റേഡിയോയിൽ പ്രഭാഷണങ്ങൾ തരപ്പെടുത്തി. ടിവിയിലും ചില പരിപാടികൾ വന്നു. പക്ഷേ, ആരും ശ്രദ്ധിച്ചില്ല. എന്നാൽ അധികം താമസിയാതെ സ്ഥിതിഗതികളാകെ മാറി. ഇന്നത് ഫാഷനായി മാറിയിരിക്കുന്നു. പ്രകൃതികൃഷിയെക്കുറിച്ചു സംസാരിക്കുന്നതുതന്നെ ഒരന്തസാണ്. പുതുമ; വിളക്കിലേക്ക് പ്രാണികളെയെന്നപോലെ ആളുകളെ ആകർഷിക്കും. എന്നാൽ ഇതെല്ലാം കഴിഞ്ഞും പ്രകൃതികൃഷി സ്വീകാര്യത വർധിച്ചുകൊണ്ടിരിക്കുന്നു എന്നതത്രെ ഫുക്കുവോക്കയുടെ തനതുരീതിയുടെ കരുത്ത്.

പക്ഷേ, ആരംഭത്തിൽ ഇത് ഇങ്ങനെയൊന്നുമായിരുന്നില്ല. മറ്റുള്ളവരെ ബോധ്യപ്പെടുത്താൻ ഒരുപാട് പാടുപെടേണ്ടിവന്നു. കാർഷികപുരോഗതിയുടെ നിശ്ചലവും മാറ്റങ്ങൾക്കുവിധേയമല്ലാത്തതുമായ ഒരു കേന്ദ്രസ്ഥാനത്തു നിന്നാണ് ഞാനെന്റെ പുതുകൃഷി രീതി ആരംഭിക്കുന്നതെന്നു പറഞ്ഞപ്പോൾ അത് അതേപടി സ്വീകരിക്കാൻ വളരെ കുറച്ചാളുകൾ മാത്രമേ മുന്നോട്ടുവന്നുള്ളൂ.

ആട്ടെ, ശാസ്ത്രജ്ഞരിൽ പലരും തലകുലുക്കി സമ്മതിച്ചിട്ടും താങ്കളുടെ പ്രകൃതികൃഷി ജനങ്ങൾക്കിടയിൽ വേരോടാത്തത് എന്തുകൊണ്ടാണ് സാർ? എന്ന് ചോദിച്ചുനോക്കൂ.

എത്ര ന്യായമായ ചോദ്യം! ഉടൻ വരുന്നു മറുപടി.

സ്പെഷലൈസേഷന്റെ ഒരു ലോകത്തിലാണ് ഇന്നു നമ്മുടെ ജീവിതം. അറിയാമല്ലോ ഒന്നും സമഗ്രമായി കാണാൻ കൂട്ടാക്കാത്തവരാണ് സ്പെഷലിസ്റ്റുകൾ. ഏതു പ്രത്യേക കാര്യത്തിലാണോ പ്രാവീണ്യം നേടിയത്, അതിന്റെ 'ഠ' വട്ടത്തിനപ്പുറം അവർക്ക് ഒന്നുംചെയ്യാനാവില്ല. അതിർത്തിവിട്ടപ്പുറം പോകാൻ അവർ തുനിയാറുമില്ല.

ഒരനുഭവം നോക്കുക: ഒരിക്കൽ ഒരു കീടശാസ്ത്രവിദഗ്ധൻ അദ്ദേഹത്തിന്റെ തോട്ടം കാണാൻ ചെന്നു. നെല്ലോലകളെ ബാധിക്കുന്നതരം വിട്ടിലുകൾ അവിടെ തീരെയില്ലാത്തത് അയാൾക്കൊരത്ഭുതമായിരുന്നു. നിങ്ങൾ അതിനെയെല്ലാം എന്തുചെയ്തു എന്നുചോദിച്ച് തന്റെ ആശ്ചര്യം വ്യക്തമാക്കുകയും ചെയ്തു. നടന്നുനോക്കിയ ഇടങ്ങളിലെല്ലാം നിങ്ങൾ ചിലന്തിവലകൾ ശ്രദ്ധിച്ചില്ലേയെന്ന് ആചാര്യൻ തിരിച്ചുചോദിച്ചു. ഓ, എത്രയേറെ ചിലന്തികൾ! നിലത്ത് വലകെട്ടുന്നവ. ചിലന്തികൾ പെരു

കുന്നിടത്ത് വിട്ടിൽ ശല്യക്കാരിയാകുംവിധം പെരുകുന്നതെങ്ങനെ? അത് ഒരിക്കലും സംഭാവ്യമല്ല. നെൽപ്പാടങ്ങളിൽ ചിലന്തികളെങ്കിൽ ഫലവൃക്ഷങ്ങളിൽ ചോണനുറുമ്പുകൾ. ടൺകണക്കിനു കീടനാശിനികൾ വിതറിയാലും നിങ്ങൾക്കീ ഫലമുണ്ടാക്കാനാകില്ല. ചിലന്തികളുടെ, ഉറുമ്പുകളുടെ വംശം മുടിയുന്നതോടെ സുസ്ഥിരമായ കീടനിയന്ത്രണം മരീചികയായിത്തീരും. (കാസർകോട്ടെ കശുവണ്ടിത്തോട്ടങ്ങളിൽ നാമിതു കണ്ടതാണ്. തേയിലക്കൊതുകുകളെ നിയന്ത്രിക്കാൻ ജന്മസിദ്ധമായി ഉറുമ്പുകൾക്കുള്ള കഴിവിനെക്കുറിച്ച് നാം അത്ര ആലോചിച്ചില്ല. വിഷംതളിച്ച് ഉറുമ്പുക്കളെയെല്ലാം കൊന്നൊടുക്കി. വിഷം തളിക്കുന്നതു നിർത്തിയപ്പോൾ ഭാഗ്യത്തിന് ചില ഭാഗങ്ങളിൽ അവശേഷിച്ചിരുന്ന ഉറുമ്പുകൾ പെരുകി കശുവണ്ടി വിളവിനെ തേയിലക്കൊതുകുകളുടെ ശല്യത്തിൽനിന്നു സംരക്ഷിച്ചു.)

ഫുക്കുവോക്കയോടു സംസാരിച്ച ഈ കൃഷിവിദഗ്ധനുണ്ടല്ലോ, ഇത്തരം ജൈവിക കീടനിയന്ത്രണരീതികളുടെ വക്താവായി. പിന്നീടദ്ദേഹം പല കൃഷി സെമിനാറുകളിലും സംസാരിച്ചു.

എന്നാൽ ഇത്തരം കൃഷി സെമിനാറുകളിൽ പ്രകൃതികൃഷിയെക്കുറിച്ചു പറഞ്ഞുനോക്കൂ. ഉടൻ വരും ഈ വിദഗ്ധരുടെ ആറ്റിക്കുറുക്കിയ മറുപടി.

''പ്രകൃതികൃഷിയൊക്കെ നല്ലതുതന്നെ. പക്ഷേ, ഇനിയും നമുക്കതിനു സമയമായിട്ടില്ല. പ്രകൃതികൃഷിരീതി പരീക്ഷിക്കും മുമ്പ് ഒരുപാടു വിദഗ്ധപഠനങ്ങൾ അതിനെക്കുറിച്ചു നടത്തേണ്ടതുണ്ട്."

"പ്രകൃതികൃഷിയൊ? നല്ല ഒന്നാന്തരം ആശയം. അടിസ്ഥാനപരമായി എല്ലാം ശരിയാണ്. എന്നാൽ നിലമുഴുതും വളംചേർത്തും കൊയ്ത്തുയന്ത്രങ്ങൾ ഉപയോഗിച്ചും മുന്നേറുന്നതാവില്ലെ കൂടുതലെളുപ്പം?

ഒരു കാർഷിക സർവകലാശാലയിലെ കുട്ടികൾ തന്റെ പാടം കാണാനെത്തിയതുമായി ബന്ധപ്പെട്ട അനുഭവവും ഫുക്കുവോക്കയ്ക്ക് വിവരിക്കാനുണ്ട്. പല പഠനങ്ങളും ഈ കുട്ടികൾ നടത്തുകയുണ്ടായി. ഇവരിൽ ചിലർ പ്രകൃതികൃഷിയും ശാസ്ത്രീയകൃഷിയും തമ്മിൽ കൂട്ടിക്കലർത്തി പരീക്ഷിക്കാൻ താൽപ്പര്യമുള്ളവരായിരുന്നു. പക്ഷേ, ഇതിൽ ഒരനുരഞ്ജനത്തിന്റെ പ്രശ്നമേ ഉദിക്കുന്നില്ലെന്ന് ഫുക്കുവോക്ക അവരെ പറഞ്ഞു മനസിലാക്കിക്കാൻ ശ്രമിച്ചു. പ്രകൃതികൃഷിയുടെ ആത്മാവെന്നു പറയുന്നത് കൃഷിയുടെ ആരംഭനാളുകളിലേക്കുള്ള തിരിച്ചുപോക്കാണെന്ന് അദ്ദേഹം വിശദീകരിച്ചു. ഈ അടിത്തറയിൽനിന്ന് വ്യതിചലിക്കുന്നതോടെ എല്ലാം ഒറ്റയടിക്കു തകർന്നുവീഴും.

''എനിക്ക് ഒരാഗ്രഹമുണ്ട്. ശാസ്ത്രജ്ഞരും കവികളും കലാകാരന്മാരും ദാർശനികരും മതപണ്ഡിതരും എന്റെ കൃഷിയിടത്തിൽ ഒന്നുചേരണം. ഇവരെല്ലാം എന്റെ രീതികൾ നേരിൽ കാണട്ടെ. ചർച്ച ചെയ്യട്ടെ.

സ്പെഷലൈസേഷനപ്പുറത്തേക്ക് നോട്ടം കടന്നുചെല്ലാൻ ഇത്തരമൊരു കൂടിച്ചേരൽ അനിവാര്യമാകുന്നു."

ഇര–പരഭോജി ബന്ധത്തിന്റെ സൂക്ഷ്മതലങ്ങളിലേക്കൊന്നും ഈ വിദഗ്ധർ ഇറങ്ങിച്ചെല്ലാറില്ലെന്ന ആക്ഷേപം നിലനിൽക്കുന്നു. കീടങ്ങളും പരഭോജികളും തമ്മിലുള്ള പരസ്പരബന്ധത്തെക്കുറിച്ചുള്ള അനുഭവങ്ങളില്ലാതെ കീടനിയന്ത്രണമെന്ന കാര്യത്തെക്കുറിച്ച് സംസാരിക്കാൻ കഴിയുന്നതെങ്ങനെയെന്നതാണ് പ്രസക്തമായ ചോദ്യം.

ഒരിക്കൽ രസകരമായ ഒരനുഭവമുണ്ടായി. രാവിലെ ഒരാൾവന്ന് ചോദിക്കുന്നു. നിങ്ങൾ പാടം മുഴുവൻ സിൽക്കുനൂലുകൾ പാകിയിരിക്കുകയാണല്ലോ. എന്താണ് നിങ്ങളുടെ ഉദ്ദേശ്യം? ഫുക്കുവോക്കയ്ക്ക് ഒന്നും മനസിലായില്ല. അതുകൊണ്ട് ഒന്നുംപറയാതെ അയാളോടൊപ്പം പാടത്തുചെന്നുനോക്കി. ശരിയാണ്. പാടത്തിന്റെ ഏതുഭാഗത്തു നോക്കിയാലും വെളുത്ത പട്ടുനാരുകൾകൊണ്ടുള്ള ക്രമീകരണങ്ങൾ കാണാനുണ്ട്. കൊയ്ത്തുകഴിഞ്ഞ് വൈക്കോൽ നിരത്തിയത് ഇന്നലെയായിരുന്നു. അതിൽ നിറയെ ചിലന്തികൾ വലകെട്ടിയതാണ്. നാലഞ്ചു ജാതികളുണ്ട്. ഒരിഞ്ചുസ്ഥലംപോലും ബാക്കിയില്ല. ഏക്കർ കണക്കിനു സ്ഥലം മുഴുവൻ പട്ടുനൂലുകൾകൊണ്ട് ആവരണം ചെയ്തിരിക്കുന്ന ഒരു കാഴ്ച സങ്കൽപ്പിച്ചു നോക്കുക. അവയിൽ തുളുമ്പിനിന്ന മഞ്ഞുകണങ്ങളിൽ സൂര്യരശ്മികൾ പ്രതിഫലിച്ചപ്പോൾ സ്വർഗം വിരിഞ്ഞു. ജീവിതത്തിൽ വല്ലപ്പോഴും മാത്രമാണ് ഇത്തരം അനുഭവങ്ങളുണ്ടാവുക. എല്ലാംകൂടി പതിനായിരക്കണക്കിന് എട്ടുകാലികൾ തന്റെ നിലത്ത് ഉണ്ടായിരുന്നു. നാലുദിവസം കഴിഞ്ഞു നോക്കിയപ്പോൾ വലക്കണ്ണികളെല്ലാം പൊട്ടിച്ചിതറി നൂല് പാറാൻതുടങ്ങിക്കഴിഞ്ഞിരുന്നു. കാറ്റിൽ അമ്മാനമാടുന്ന ചെറുഖണ്ഡങ്ങളിൽ അമ്മയും അച്ഛനും കുഞ്ഞുങ്ങളുമടങ്ങുന്ന എത്രയോ കുടുംബങ്ങൾ ഊഞ്ഞാലാടുന്നു. കാറ്റ് അവയെ താലോലിക്കുകയാണ്. പ്രകൃതിയിലെ അത്ഭുതകരമായ ഒരു നാടകത്തിനാണ് താനിപ്പോൾ സാക്ഷിയാകുന്നത്. ഇതു കാണാൻ ഒപ്പം കവികളും കലാകാരന്മാരും ദാർശനികരുമുണ്ടായിരുന്നെങ്കിൽ എന്ന് ആലോചിച്ചുപോയാൽ എന്താണ് തെറ്റ്?

ഇത്തരം വയലുകളിൽ രാസവിഷം തളിച്ചാൽ എന്തായിരിക്കും ഫലം? വിറകുചാരംപോലും പ്രതികൂലഫലം ചെയ്യുമെന്നതാണ് ഫുക്കുവോക്കയുടെ അനുഭവം. അതുകൊണ്ട് ദോഷമൊന്നുമുണ്ടാകില്ലെന്ന വിശ്വാസത്തിലായിരുന്നു പ്രയോഗം. എന്നാൽ സംഭവിച്ചതോ നേരെമറിച്ചും. ഒന്നുരണ്ട് ദിവസംകൊണ്ട് ചിലന്തികളുടെ നല്ലഭാഗവും നശിച്ചുപോയി. ചാരം നൂലുകളെ പൊട്ടിച്ചതാണ് കാരണം. തീർത്തും നിരുപദ്രവകാരിയെന്നു കരുതിപ്പോന്ന വെറും വെണ്ണീരുകൊണ്ട് ഇത്രയും വലിയ ദോഷമുണ്ടാകുമെങ്കിൽ രാസകീടനാശിനികളുടെ കാര്യം പിന്നെ പറയാനുണ്ടോ?

ഇരയും പരഭോജിയും ഒന്നിച്ചു നശിച്ചുപോകുന്നതിന്റെയൊരു പ്രശ്നം മാത്രമല്ല ഇതിൽ അന്തർഭവിച്ചിരിക്കുന്നത്. പ്രകൃതിയിലെ ഏറ്റവും രസകരവും മനോഹരവുമായ ചില നാടകങ്ങൾക്ക് ഇത്തരം തെറ്റായ പ്രയോഗങ്ങൾ അറുതിവരുത്തുന്നു. കലയ്ക്കും കവിതയ്ക്കുമാണ് ഇതുകൊണ്ട് നഷ്ടമുണ്ടാകുന്നത്.

വളവും കീടനാശിനികളും തീരെ വർജിച്ചിട്ടും തന്റെ കൃഷിയിടങ്ങളിൽ വിളവു കൂടിയിട്ടേയുള്ളൂ എന്ന് ഫുക്കുവോക്ക നമുക്കു കാട്ടിത്തരുന്നു. ജപ്പാനിലെ ഏറ്റവും നല്ല കൃഷിത്തോട്ടങ്ങളോടു കിടപിടിക്കുന്നതാണ് അദ്ദേഹത്തിന്റെ പാടങ്ങളും പറമ്പുകളുമെന്ന് കൃഷിവിദഗ്ധർ തന്നെ സമ്മതിച്ചിട്ടുണ്ട്.

മനുഷ്യന്റെ അറിവ് എത്ര നിസ്സാരമാണെന്നു കാട്ടിത്തരുന്നതിൽ ശാസ്ത്രം വിജയം കൈവരിച്ചതായി അദ്ദേഹത്തിന്റെ നിലങ്ങൾ സാക്ഷ്യപ്പെടുത്തുന്നു.

നാല് കൽപ്പനകൾ

വരൂ, സന്ദർശകാ, വരൂ. പ്രകൃതികൃഷിയുടെ ഈ കേദാരം നമുക്കൊന്നു നടന്നുകാണാം. വയൽവരമ്പിലൂടെ തെന്നിവീഴാതെ ശ്രദ്ധിച്ചു നടക്കാം. ഇരുവശത്തും നെൽപ്പാടങ്ങളാണ്. സ്വച്ഛന്ദമായ അന്തരീക്ഷത്തിൽ ഡ്രാഗൺ തുമ്പികളും ചിത്രശലഭങ്ങളും പാറിനടക്കുന്നതു കാണുന്നില്ലെ? പുഴുക്കൾ, എട്ടുകാലികൾ, തവള എന്നിങ്ങനെ എത്രയെത്ര ചെറുജീവികൾ! നിലത്തെ ജൈവാംശം അൽപ്പമൊന്നു മാറ്റിയാൽ മണ്ണിരകളെയും മണ്ണുതുരന്നു ജീവിക്കുന്ന മറ്റനേകം ചെറുജീവികളെയും കാണാം.

സന്തുലിതമായ നെൽപ്പാട ആവാസവ്യവസ്ഥയാണിത്. വായുവും വെള്ളവും മണ്ണും വിളകളും ചെറുതും വലുതുമായ അനേകം ജീവികളും. പരസ്പര പ്രവർത്തനങ്ങളിലൂടെ അതിന്റെ സന്തുലനം ഉറപ്പുവരുത്തുന്നു. പകർച്ചവ്യാധികൾ പടർന്നുപിടിച്ച് ചുറ്റുമുള്ള പാടങ്ങളിൽ വിളനാശമുണ്ടാകുമ്പോഴും ഫുക്കുവോക്കയുടെ വയലുകൾ പച്ചപിടിച്ച് സമൃദ്ധി ചുരത്തിനിൽക്കുന്നത് ഇതുകൊണ്ടാണ്.

ഇത്തരം കൃഷിയിടങ്ങളെക്കുറിച്ച് പ്രകൃതികൃഷിയുടെ ഈ ആചാര്യൻ പറയുന്നത് ഒരുനിമിഷം ശ്രദ്ധിച്ചാലും. പ്രകൃതിവിരുദ്ധ പ്രവർത്തനങ്ങളുടെ എത്രയെത്ര തലങ്ങളിലൂടെയാണ് ഇവിടെ കൃഷി കടന്നുപോകുന്നത്! നിലമൊരുക്കുന്നതുതൊട്ട് ഇത് ആരംഭിക്കുകയായി. ഞാറുവളർന്ന് തുടങ്ങുന്നതോടെ കളനാശിനികൾ തളിച്ച് 'പാഴ്ച്ചെടികളെ'യെല്ലാം നീക്കംചെയ്ത് സ്ഥലം വൃത്തിയാക്കുമ്പോൾ പരിഷ്കൃതകൃഷിരീതിയുടെ വക്താക്കളായ ഈ കൃഷിക്കാർക്ക് എന്തൊരു സന്തോഷവും സംതൃപ്തിയുമാണെന്നൊ! വിഷം പാഴ്ച്ചെടികളെന്ന് ഇവർ വിശേഷിപ്പിക്കുന്ന ഈ

സസ്യങ്ങളെ മാത്രമായി ബാധിക്കുമെന്നു പ്രതീക്ഷിക്കുന്നതുതന്നെ വിഡ്ഢിത്തമല്ലേ? ഇവരുടെ കൃഷിയിടങ്ങളിലിപ്പോൾ മണ്ണിരകളോ മണ്ണൊരുക്കുന്ന മറ്റു നാനാതരം ജീവജാലങ്ങളോ തീരെ ഇല്ലെന്നതാണ് സത്യം. ജൈവവസ്തുക്കളുടെ കടുത്തക്ഷാമമുണ്ടാക്കുന്ന പ്രശ്നങ്ങൾ അവഗണിക്കുകയാണ് പതിവ്. കൈയുറകളും മുഖംമൂടിയും മറ്റുമുപയോഗിച്ച് പാടത്തു പണിയെടുക്കേണ്ടിവരുന്ന ഒരു സ്ഥിതിവിശേഷത്തെക്കുറിച്ച് ആലോചിച്ചുനോക്കൂ. കൃഷി ജീവനുതന്നെ ഭീഷണിയുയർത്തുന്ന ആപത്ക്കരമായ പ്രവൃത്തിയായി മാറിക്കഴിഞ്ഞു എന്നല്ലേ ഇതെല്ലാം സൂചിപ്പിക്കുന്നത്?

കഴിഞ്ഞ ആയിരത്തിഅഞ്ഞൂറിൽപ്പരം വർഷങ്ങളായി നിരന്തരം കാർഷിക പ്രവർത്തനങ്ങൾക്കു വിധേയമായിക്കൊണ്ടിരിക്കുന്ന ഈ വയലേലകളെല്ലാം ഒരൊറ്റത്തലമുറയുടെ തെറ്റായ കൃഷിരീതികൾ നിമിത്തം തരിശുഭൂമിയായി മാറിയിരിക്കുകയാണ്.

കൃഷിയില്ലാകൃഷിയുടെ 4 നിയാമകതത്വങ്ങൾ ഇനിപ്പറയുന്നവയാകുന്നു:

1. നിലം ഉഴരുത്, കിളയ്ക്കരുത്. കൃഷിക്ക് കലപ്പ അനുപേക്ഷണീയമാണെന്നത് നൂറ്റാണ്ടുകളായി പ്രചരിപ്പിക്കപ്പെട്ടുവരുന്ന ഒരു മുട്ടൻ നുണയാണ്. ശരിയായ അനുഭവത്തിന്റെ വെളിച്ചത്തിൽ രൂപംകൊണ്ടതല്ല ഈ ധാരണ. നാമാരുമറിയാതെ പ്രകൃതി സ്വയം ഉഴുന്നത് നാം പരിഗണിക്കാറേയില്ല. മണ്ണിരകളും മാളമുണ്ടാക്കുന്ന ചെറുപ്രാണികളും വേണ്ടത്രയുള്ളപ്പോൾ നിങ്ങളെന്തിന് മണ്ണിളക്കി സമയം പാഴാക്കുന്നു എന്നു ഫുക്കുവോക്ക ചോദിക്കുന്നു. തുളച്ചിറങ്ങുന്ന സസ്യവേരുകൾപോലും പ്രാണികളോടൊപ്പം ചേർന്ന് മണ്ണിനെ പാകപ്പെടുത്തിയെടുക്കുന്നുണ്ട്.

2. ഒരു തരത്തിലുള്ള വളപ്രയോഗവും അരുത്. പ്രകൃതിയുടെ മേനിയിൽ അനാവശ്യമായി കൈവച്ച് മുറിവുണ്ടാക്കിയാൽ പിന്നീട് ആരു വിചാരിച്ചാലുമത് ഉണക്കിയെടുക്കാനാവില്ല. മണ്ണിനെ അതിന്റെ പാട്ടിനു വിടൂ, മണ്ണ് താനേ പുഷ്ടിപ്പെട്ടുകൊള്ളും. മറിച്ച് വളപ്രയോഗത്തിന്റെ പേരിൽ നടത്തുന്ന അശ്രദ്ധമായ ഇടപെടുകൾ അവശ്യമൂലകങ്ങളെ മണ്ണിൽനിന്നു നീക്കംചെയ്യും.

3. കളകളെ നശിപ്പിക്കരുത് – അതിന്റെ ഭാഗമായി കളകൾ പിഴുതെടുത്തു നശിപ്പിക്കുകപോലുമരുത്. നമുക്കു വേണ്ടാത്തതെല്ലാം കളയാണെന്നത് നമ്മുടെയൊരു മൂഢസങ്കൽപ്പമല്ലേ? കളകളെന്നു പറയുന്ന ഈ ചെടികളുടെ സാന്നിധ്യം വിളകളെ ഒരുതരത്തിലും സഹായിക്കുകയില്ലെന്ന് എങ്ങനെ ഉറപ്പിക്കാം? ഏതെങ്കിലും രീതിയിലുള്ള സൗഹൃദബന്ധം ഇവയ്ക്കിടയിൽ നിലനിൽക്കുന്നുണ്ടാകും. നാമത് കാണാൻ ശ്രമിക്കുന്നില്ലെന്നേയുള്ളൂ.

കളകളെ നിയന്ത്രണവിധേയമാക്കാനുള്ള വഴികൾ പ്രകൃതികൃഷിയിൽ അന്തർലീനമായി കിടപ്പുണ്ടെന്നതത്രെ സത്യം. വൈക്കോൽ

വിരിച്ചും ത്രിപത്രികൃഷിചെയ്തും വയലിൽ വെള്ളംനിറച്ചും ഇതെങ്ങനെ ഫലപ്രദമാക്കാമെന്ന് ഫുക്കുവോക്ക വിശദമായി വിവരിക്കുന്നുണ്ട്.

4. രാസവിഷങ്ങൾ പൂർണമായും വർജിക്കുക. ഉഴവും രാസവളപ്രയോഗവും സാർവത്രികമായതോടെയാണ് ചെടികളുടെ ശക്തിയും ഓജസും ക്ഷയിക്കാൻ തുടങ്ങിയതെന്ന് ഫുക്കുവോക്ക തറപ്പിച്ചു പറയുന്നു. കീടരോഗങ്ങളും പകർച്ചവ്യാധികളും അതോടെ ഒഴിയാബാധയായി. ശത്രു–മിത്ര കീടങ്ങൾ തമ്മിലുള്ള സന്തുലനത്തിന് താളപ്പിഴ സംഭവിച്ചു. കാർഷിക വൃത്തിയിലെ ഏറ്റവും വലിയ ഒരു പ്രശ്നം തന്നെയായി അതു മാറി. ഉപദ്രവകാരികളായ കീടങ്ങളും രോഗാണുക്കളും പകർച്ചവ്യാധികളുമൊക്കെ ഏതുകാലത്തുമുണ്ട്. എന്നാൽ പ്രശ്നങ്ങൾ സൃഷ്ടിക്കും വിധം ഉതെല്ലാം വളരാതിരിക്കാൻ പ്രകൃതി ശ്രദ്ധിച്ചുപോന്നു. ആരോഗ്യമുള്ള സസ്യങ്ങളെ പ്രാകൃതികമായ അന്തരീക്ഷത്തിൽ വളരാൻ അനുവദിക്കുകയെന്നതാകുന്നു പ്രകൃതികൃഷിയുടെ തത്വം.

എന്നാൽ വിഷമരുന്നുകൾ പ്രയോഗിക്കാതിരുന്നതുകൊണ്ടുമാത്രം കൃഷി രക്ഷപ്പെടണമെന്നില്ല. ആരോഗ്യകരമായ ചുറ്റുപാടിൽ വിത്തുഗുണം നോക്കി വിത്തിറക്കുകയെന്നതത്രെ ആദ്യപാഠം. സസ്യരോഗങ്ങൾക്കെതിരെയുള്ള ആദ്യചുവടുവെപ്പാണിത്.

ഒരു സ്ഥലത്ത് കൃഷി ആരംഭിക്കുന്നതോടെ തിരിച്ചറിയാൻ പറ്റാത്ത സാഹചര്യങ്ങൾക്ക് ക്ഷതം സംഭവിക്കാൻ തുടങ്ങുകയായി. തലമുറകളോളം സംഭവിക്കുന്ന പ്രശ്നങ്ങൾക്ക് ഇവിടെ തുടക്കംകുറിക്കുന്നു. പ്രകൃതിവിരുദ്ധ രീതികൾ ഉപയോഗിക്കുക മാത്രമാണ് ഇതിനുള്ള ഏകപോംവഴി.

ഏതു മീറ്റിങ്ങിനുപോയാലും കൃഷിവിദഗ്ധരോട് ഫുക്കുവോക്ക ചോദിക്കുന്ന ഒരു ചോദ്യമുണ്ട്. മണ്ണിനെ അതിന്റെ പാട്ടിനുവിട്ടാൽ അതിന്റെ ഫലപുഷ്ടി കൂടുമോ കുറയുമോ, എന്താണ് നിങ്ങളുടെ അഭിപ്രായം? കുറയും എന്നാണ് എപ്പോഴും കിട്ടുന്ന ഉത്തരം. എന്നാൽ തന്റെ അനുഭവം മറിച്ചാണെന്ന് ഈ പാടങ്ങളിലും പഴത്തോപ്പുകളിലും വന്നു കാണൂ എന്ന് ആചര്യൻ അവരെ ക്ഷണിക്കുന്നു.

"എല്ലാം പ്രകൃതിക്കു വിട്ടുകൊടുത്തപ്പോൾ ഞങ്ങളുടെ നിലത്തിന്റെ വളക്കൂറുകൂടി. എങ്ങനെയാണെന്നോ? മണ്ണിനെ തൊടാതെ വെറുതെ വിട്ടതോടെ അതിന്റെ ഉപരിതലത്തിൽ സൂക്ഷ്മജീവികളുടെ പ്രവർത്തനം വർധിച്ചു. മഴവെള്ളത്തിൽ പോഷകങ്ങൾ കിനിഞ്ഞിറങ്ങി ഉൾഭാഗത്തെത്തി. ഇതുമൂലം മണ്ണിരകളുടെയും മറ്റു സൂക്ഷ്മജീവികളുടെയും പ്രവർത്തനം സജീവമായി. വേരുകൾ ആഴത്തിലിറങ്ങി പോഷകങ്ങളെ ശേഖരിച്ച് വീണ്ടും ഉപരിതലഭാഗങ്ങളിലെത്തിച്ചു."

കാട്ടിലെ സസ്യസമൃദ്ധി നോക്കൂ. വൃക്ഷങ്ങൾ എത്ര നന്നായി തഴച്ചുവളരുന്നു. ആരാണ് ഇവയ്ക്കെല്ലാം വളം നൽകിയത്? ആരാണ്

ഇവയെ നനച്ചത്? ഈ പടർപ്പുകളെല്ലാം നീക്കംചെയ്ത് ഇവിടെ കുറച്ചു കാലം പൈനോ ദേവതാരുവോ വളർത്തിനോക്കൂ. മണ്ണിനുണ്ടായ മാറ്റം നിങ്ങൾക്ക് നേരിൽ കണ്ടറിയാം. എത്രവേഗം അതിന്റെ ഗുണമേന്മ നശിച്ചുപോകുമെന്നും മണ്ണൊലിപ്പ് എത്രയേറെ രൂക്ഷമാകുമെന്നും നേരിട്ടുകണ്ടറിയാം. കൃഷിചെയ്യലും കൃഷിചെയ്യാതിരിക്കലും തമ്മിലുള്ള വ്യത്യാസം ഇതാണ്.

അതുകൊണ്ട് മുൻകൂട്ടിയുള്ള എല്ലാത്തരം ഒരുക്കങ്ങളെയും ഫുക്കുവോക്ക തള്ളിപ്പറയുന്നു. വൈക്കോൽപുതയും പയർചെടികൾ കൊണ്ടുള്ള ആവരണം തീർക്കലും ധാരാളം മതിയാവും. ഇനി അഥവാ ഇതൊന്നും പോരെങ്കിൽ മണ്ണിന്റെ പുഷ്ടിക്കുവേണ്ടി ചില പ്രയോഗങ്ങൾ അനുവദനീയമാണ്. ഉദാഹരണമായി പാടത്തേക്ക് താറാവുകളെ വിട്ടാൽ അവയുടെ വിസർജ്യങ്ങൾ മണ്ണിന്റെ പോഷകമേന്മ കൂട്ടും. ഞാറുകൾ വളരാൻ തുടങ്ങുമ്പോൾ കുഞ്ഞുങ്ങളെ ഇറക്കിയാൽ കൊയ്യാറാകുമ്പോഴേക്കും മുട്ടയിട്ടുതുടങ്ങും. ഒരു വെടിക്കു രണ്ടിലേറെ പക്ഷികൾ! താറാവുകൾ കീടങ്ങളെ മാത്രമല്ല കളകളെയും നിയന്ത്രിക്കും. കാൽ ഏക്കർ സ്ഥലത്ത് പത്ത് താറാവുണ്ടായാൽ ധാരാളം.

വളങ്ങൾ സ്വാഭാവികമായ രീതിയിൽ ഉണ്ടാകുന്നതായാലും ആവശ്യത്തിലേറെയായിപ്പോയാൽ പ്രശ്നമാകുമെന്നതാണ് ഈ വലിയ കൃഷിക്കാരന്റെ അനുഭവം.

ജൈവവളങ്ങളായാലും അവ ആവശ്യത്തിലേറെയാകുന്നു എന്നതാണ് മറ്റൊരു പ്രശ്നം. ഒരിക്കൽ ഇദ്ദേഹം ഒന്നരയേക്കറോളം ഭൂമി പാട്ടത്തിനെടുത്ത് കൃഷിയാരംഭിച്ച കഥയുണ്ട്. അഞ്ചുപാടങ്ങളായി തിരിച്ച് നെല്ലുവിതച്ചു. ആദ്യത്തെ നാലിലും ഞാറുകൾ നന്നായി വളർന്നു. അഞ്ചാമത്തേതിലേതിന് അമിത വളർച്ചയാണുണ്ടായത്. കാഴ്ചയ്ക്കു തന്നെ ആരെയും ആകർഷിക്കുംവിധം ഏറെ ഓജസും തേജസും. എന്നാൽ താമസിയാതെ ബ്ലാസ്റ്റ് രോഗംബാധിച്ച് ഈ ചെടികളെല്ലാം പെട്ടെന്ന് നശിച്ചു. താനാണെങ്കിൽ വളപ്രയോഗം നടത്തിയിട്ടേയില്ല. ഒരേ വിത്താണല്ലൊ അഞ്ചിലും ഉപയോഗിച്ചത്. പിന്നെങ്ങനെ ഇതു സംഭവിച്ചു? സ്ഥലം ഉടമയോടു സംസാരിച്ചപ്പോഴാണ് സംഗതി പിടികിട്ടിയത്. അയാൾ സ്ഥിരമായി കോഴിക്കാഷ്ഠം നിക്ഷേപിക്കാറുള്ളത് ഈ അഞ്ചാമത്തെ തുണ്ടിലായിരുന്നു. അമിതവളപ്രയോഗം ഞാറുകളുടെ പ്രതിരോധശേഷിയിൽ ഗണ്യമായ കുറവുണ്ടാക്കി. മറ്റു തുണ്ടികളിലെ ചെടികൾ പിടിച്ചുനിന്നപ്പോൾ അമിതമായ രീതിയിൽ തഴച്ചുവളർന്ന ഈ ഞാറുകളെല്ലാ വളരെവേഗം രോഗത്തിനു മുമ്പിൽ അടിയറവു പറഞ്ഞു.

കളകളെ നിയന്ത്രിക്കുന്ന കാര്യത്തിൽ നമുക്കെല്ലാം മാതൃകയാക്കാവുന്ന ചില കാര്യങ്ങൾ ഫുക്കുവോക്കയ്ക്കു പറയാനുണ്ട്.

കൃഷി നിർത്തുന്നതോടെ കളച്ചെടികളുടെ എണ്ണത്തിൽ ഗണ്യമായി കുറവുണ്ടാകുന്നു. മുൻവിള പാകപ്പെട്ടുകൊണ്ടിരിക്കെത്തന്നെ അതിനിട

യിൽ അടുത്തതിനുള്ള വിത്തു വിതറിയാൽ കളകളെ അതിസമർഥമായി നിയന്ത്രിക്കാൻ കഴിയും. കളകൾ മുളയ്ക്കുംമുമ്പ് വിത്തുകൾ മുളച്ച് തൈച്ചെടികളായി മാറുന്നതുകൊണ്ടാണിത്.

കൊയ്ത്തുകഴിഞ്ഞ പാടങ്ങളിൽ വൈക്കോൽ വിരിച്ച് ആവരണമുണ്ടാക്കുന്നതും കളകളെ നിയന്ത്രിക്കാൻ പര്യാപ്തമാണെന്ന് സ്വന്തം അനുഭവങ്ങളിലൂടെ ഫുക്കുവോക്ക മനസിലാക്കിയിട്ടുണ്ട്.

നിലം കിളയ്ക്കുന്നത് കളകളുടെ വളർച്ചയെ പ്രോത്സാഹിപ്പിക്കുകയേയുള്ളൂ. എന്തുകൊണ്ടെന്നാൽ മറ്റു രീതിയിൽ മുളയ്ക്കാൻ സാധ്യതയില്ലാത്ത ചെറുവിത്തുകളെല്ലാം നിലംകിളയ്ക്കുന്നതോടെ ഉപരിതലത്തിലെത്തും. ഈ അനുകൂല സാഹചര്യത്തിലവ നന്നായി മുളച്ചുപൊന്തും. കൃത്രിമമാർഗങ്ങളിൽ കളകളെ നശിപ്പിക്കുന്ന ഒരു കൃഷിക്കാരൻ സ്വന്തം സൗഭാഗ്യത്തിന്റെ കുഴിതോണ്ടുകയാണ് ചെയ്യുന്നത്.

കീടനാശിനികൾക്കും കളനാശിനികൾക്കും അനുകൂലമായി പലരും എടുത്തുകാട്ടാറുള്ള ഒരു വാദമെന്തെന്നാൽ 'മരുന്നു'പ്രയോഗം നടക്കാത്തപക്ഷം വിളകൾ നിങ്ങൾ നോക്കിനിൽക്കെ തന്നെ മുരടിച്ചുപോകും എന്നുള്ളതാണ്. 'ശുദ്ധഅസംബന്ധമാണിത്.' ഇത്തരം ഭയങ്ങളെ യാഥാർഥ്യമാക്കുക മാത്രമാണ് സത്യത്തിൽ കീടനാശിനികൾ ചെയ്യുന്നത്.

ആയിടെ ഉണ്ടായ സംഭവം: റഡ്പൈൻ വൃക്ഷങ്ങളിൽ വിവിൽ എന്നതരം പ്രാണികൾ പരത്തുന്ന ഒരു സാംക്രമികരോഗം പടർന്നുപിടിച്ചു. ഹെലികോപ്റ്റർവഴി മരുന്നുതളിച്ച് രോഗത്തെ നിയന്ത്രണവിധേയമാക്കാൻ വ്യാപകമായ ശ്രമം നടന്നു. ശരിയാണ് പെട്ടെന്ന് രോഗംകുറഞ്ഞു. എന്നാൽ അതൊരു ചെറിയകാലത്തേക്കുമാത്രമായിരുന്നു. കൂടുതൽ ശക്തിയായ ഒരു തിരിച്ചുവരവിന് വീവിൽ പ്രാണികൾ ഒരുക്കംകൂട്ടുകയായിരുന്നു. മരുന്നുതളിക്കു മുമ്പിൽ പരാജയം സമ്മതിക്കാൻ തയാറല്ലാത്തതരം വീവിൽ പ്രാണികളുടെ ഒരു തലമുറ വളർന്നുവരികയായിരുന്നു. തുടർന്ന് അതിനെ ചെറുക്കാൻ കൂടുതൽ ശക്തിയിൽ വിഷപ്രയോഗം ആവശ്യമായിവന്നു. പരിസ്ഥിതി ആഘാതങ്ങളും അതിനനുസരിച്ച് കൂടിവരുന്നു.

വീവിൽ ബ്ലൈറ്റ് (രോഗബാധ മൂലമുണ്ടാകുന്ന ഉണക്കം) എന്ന രോഗത്തെക്കുറിച്ച് ഗവേഷകർ കണ്ടെത്തിയ വിവരങ്ങൾകൂടി ഇതോടുചേർത്ത് വായിക്കണം. നേരിട്ടൊരു രോഗസംക്രമണമല്ല ഇവിടെ നടക്കുന്നത്. നെമറ്റോസ് വിരകൾ ഇതിന്റെ ഇടനിലക്കാരായി ജോലിചെയ്യുന്നു. ഈ വിരകൾ മുട്ടവിരിയിക്കുന്നത് ജീവനുള്ള പൈൻമരത്തടിയിലായിരിക്കും. മുട്ടവിരിഞ്ഞുണ്ടാകുന്ന കുഞ്ഞുങ്ങൾ ദലത്തിന്റെയും പോഷണത്തിന്റെയും ഗതാഗതത്തിൽ തടസമുണ്ടാക്കിക്കിടക്കും. മരം ഉണങ്ങിപ്പോകുന്നത് അതുകൊണ്ടാണ്. അന്തിമ കാരണങ്ങൾ എന്താണെന്ന് ഇനിയും കണ്ടു

പിടിക്കാനിരിക്കുന്നതേയുള്ളൂ.

നെമറ്റോസുകളുടെ ആഹാരം പൈൻമരത്തടിക്കുള്ളിൽ വളരുന്ന ഒരു ജാതി ഫംഗസാണ്. ഈ ഫംഗസ് എന്തേ മരത്തടിയിൽ മാത്രം വളരാൻ കാരണം? നെമറ്റോസുകൾ ഉണ്ടായതിനുശേഷമാണോ ഫംഗസ് ഉണ്ടാകുന്നത്? അതോ ഫംഗസ് വളരുന്നതുകൊണ്ട് നെമറ്റോസ് ഉണ്ടാവുകയാണോ? ഫംഗസ് ആണോ ആദ്യമുണ്ടായത്, നെമറ്റോസ് ആണോ. ഈ ചോദ്യങ്ങൾക്കെല്ലാം കൃത്യമായി ഉത്തരം കണ്ടെത്തിയാലേ പൈനിനെ ബാധിക്കുന്ന ബ്ലൈറ്റുരോഗത്തിന്റെ കാരണവും പരിഹാരവും കൃത്യമായി കണ്ടെത്താൻ കഴിയൂ. സങ്കീർണമായ ഇത്തരം പ്രശ്നങ്ങളൊന്നും കണക്കിലെടുക്കാതെയാണ് കടുത്തവിഷപ്രയോഗം. അപരിഹാര്യമായ ദോഷങ്ങൾ ഉണ്ടാകുന്നത് രോഗവുമായി ബന്ധപ്പെട്ട പ്രാണികൾക്കല്ല, പരിസ്ഥിതിക്കാണ്. ഇതിനെല്ലാമിടയിൽ ഉണങ്ങിപ്പോകുന്ന പൈൻവൃക്ഷങ്ങളുടെ എണ്ണം നാൾക്കുനാൾ കൂടി വരുന്നു. 'മരുന്നു' തളിക്കാതെ രക്ഷയില്ലെന്ന വിചാരം ആളുകൾക്കിടയിൽ രൂഢമൂലമായിരിക്കുന്നു. ഈ തെറ്റിദ്ധാരണ മാറ്റി വിശ്വാസം വീണ്ടെടുക്കാനുള്ള ശ്രമമാകട്ടെ നടക്കുന്നുമില്ല. രാസകീടനാശിനിപ്രയോഗം നടക്കുന്ന ഏതുപ്രദേശത്തായാലും കഴിഞ്ഞ അരനൂറ്റാണ്ടിലേറെയായി ലോകംമുഴുക്കെ ഇതാണ് സംഭവിച്ചുകൊണ്ടിരിക്കുന്നത്. രാസകീടനാശിനികളുടെ പ്രഭാവത്തിൽനിന്ന് മനുഷ്യനു രക്ഷയില്ലാതായിരിക്കുന്നു. യഥാർഥ പ്രതിവിധി എന്തെന്നു ചിന്തിക്കുകപോലും ചെയ്യാതെ യാന്ത്രികമായങ്ങനെ വിഷപ്രയോഗം തുടർന്നുകൊണ്ടേയിരിക്കുന്നു.

ഇവിടെയാണ് ഫുക്കുവോക്ക മുന്നോട്ടുവച്ച നാലുകൽപ്പനകളുടെ പ്രസക്തി. പ്രകൃതിനിയമത്തെ പരിപൂർണമായും അനുസരിക്കുന്നവയാണ് ഇവ നാലും. പ്രകൃതിയുടെ മുറിവുണക്കാൻ, നഷ്ടപ്പെട്ട ഹരിതസമൃദ്ധി വീണ്ടെടുക്കാൻ ഈ നാലുനിയമങ്ങളും അനുസരിക്കുക. ഫുക്കുവോക്കയുടെ ഏതു ചിന്തയെടുത്താലും അതിൽ ഈ നാലുനിയമങ്ങളുടെ മുദ്രകൾ അതിലുണ്ടാകും. കൃഷിയിൽനിന്ന് അത് ജീവിതത്തിന്റെ മറ്റു മേഖലകളിലേക്കും നീളുന്നു. അങ്ങനെ അതൊരു ജീവിതദർശനം തന്നെയായി മാറുന്നു. ഈ രീതിയിൽ നോക്കിയാൽ മാസനോബു ഫുക്കുവോക്ക മറ്റൊരു ഗൗതമബുദ്ധനാണ്.

ആയിടെ ഒരുദിവസം പ്രൊഫസർ കാവാസേയും പ്രൊഫസർ ഹിറ്യയും ഫുക്കുവോക്കയെ കാണാൻ ചെന്നു. പുൽമേടുകളുടെ കാര്യത്തിലൊരു വിദഗ്ധനാണ് പ്രൊഫസർ കാവാസേ. പ്രൊഫസർ ഹിറ്യ പൗരാണിക സസ്യജാലങ്ങളെക്കുറിച്ച് ഗവേഷണം നടത്തുന്നു. വയലുകളിൽ ബാർലിക്കച്ചിയുടെയും ത്രിപത്രിയുടെയും ആവരണംകണ്ട് അവർക്കത്ഭുതം. വിളയെ കളകൾ ഞെക്കിക്കൊല്ലുന്നതുകണ്ട് റിപ്പോർട്ടു ചെയ്യാൻ വന്ന ശാസ്ത്രജ്ഞരുടെ മുഖത്ത് പ്രകടമായ നിരാശത! ഫുക്കുവോക്കയുടെ പച്ചകൃഷിത്തോട്ടം നടന്നുകണ്ട് രണ്ടുപേരും തലകുലുക്കി

അഭിനന്ദിച്ചു.

ശാസ്ത്രജ്ഞരുടേതു മാത്രമല്ല ഇത്തരം അനുഭവങ്ങൾ. ഫുക്കുവോക്കയുടെ രീതികളോടു യോജിപ്പില്ലാത്ത കൃഷിക്കാർ ആ പരിസരത്തു തന്നെ വേണ്ടുവോളമുണ്ട്. പരമ്പരാഗത രീതിയായാലും ആധുനിക ശാസ്ത്രീയരീതിയായാലും ശീലിച്ചതേ പാലിക്കൂ എന്ന് നിർബന്ധമുള്ളവർ. ഫുക്കുവോക്കയുടെ വയലുകളിൽ രോഗങ്ങളും കളശല്യവും വിളമുരടിപ്പും പ്രവചിച്ച് പലതവണ നിരാശപ്പെടേണ്ടി വന്നവർ. എന്നിട്ടും പക്ഷേ, അവരുടെ സന്ദേഹങ്ങൾക്ക് അറുതിയില്ല.

അന്നേക്ക് ഇരുപതുവർഷം മുമ്പുനടന്ന ഒരു സംഭവം ആചാര്യൻ ഇവിടെ അനുസ്മരിക്കുന്നു. മണ്ണിന് ഹരിതാവരണമൊരുക്കാൻ നടന്ന ആദ്യശ്രമങ്ങളുടെ നാളുകൾ. ഫലവൃക്ഷത്തോപ്പിലാണ് പരീക്ഷണം ആദ്യം നടന്നത്. മരങ്ങൾക്കിടയിൽ പുൽനാമ്പുകൾപോലും പൊടിക്കരുതെന്ന അന്ധവിശ്വാസം വേദവാക്യംപോലെ കൊണ്ടുനടക്കുന്നവർക്കിടയിൽ വച്ചായിരുന്നു വേറിട്ടുള്ള ഈ നീക്കം. ഇടനിലങ്ങളിൽ പുല്ലും മറ്റു ചെടികളും വളർന്നാൽ ഗുണമുണ്ടാകുമെന്ന് ഫുക്കുവോക്ക കാട്ടിക്കൊടുത്തു. വിളസമൃദ്ധി അതിനു പ്രത്യക്ഷസാക്ഷ്യമായി നിന്നു. അധികം താമസിയാതെ പലരും ഇതിന്റെ വക്താക്കളായി മാറുകയും ചെയ്തു. പ്രകൃതിക്കിണങ്ങിയ ഇത്തരം ഫലവൃക്ഷത്തോപ്പുകൾ ഇന്ന് രാജ്യത്തിന്റെ ഏതുഭാഗത്തും കാണാം.

വീണ്ടും നെൽവയലുകളിലേക്കു പോകാം. മഴക്കാലത്തു വിതച്ച് പുതയിടാതെ വച്ചാൽ നെൻമണികൾ പക്ഷികളും എലികളും ആഹാരമാക്കും. അഥവാ എല്ലാം വെള്ളത്തിൽക്കിടന്നു ചീയും. ഇതുതടയാൻ ഫുക്കുവോക്ക തന്റേതായ രീതിയിലൊരു സൂത്രം കണ്ടുപിടിക്കുകയുണ്ടായി. വിതയ്ക്കുംമുമ്പ് നെൻമണികളോരോന്നും ഓരോ ചെറുകളിമൺ ഗോളങ്ങളിലാക്കി പൊതിഞ്ഞ് ഉണക്കിയെടുക്കും. അരയിഞ്ച് വലിപ്പം വരുന്ന ഇത്തരം ഗോളങ്ങൾ ഉണ്ടാക്കിയെടുക്കാൻ അങ്ങനെ വലിയ പാടൊന്നുമില്ല. ഇപ്രകാരമാണിതിന്റെ നിർമാണരീതി. ഒരു പരന്ന തടത്തിൽ വിത്തുനിറച്ചശേഷം മുന്നോട്ടും പിന്നോട്ടും വട്ടത്തിൽ ചലിപ്പിക്കുന്നതിനിടെ കളിമൺപൊടി വീഴ്ത്തി ഇടയ്ക്ക് വെള്ളംനനച്ച് പരുവപ്പെടുത്തിയെടുക്കുന്ന രീതിയാണിത്.

മറ്റൊരുവിധത്തിലും ഈ ആവരണമുണ്ടാക്കാമെന്ന് ഫുക്കുവോക്ക തെളിയിച്ചിട്ടുണ്ട്. നെൻമണികൾ കുറച്ചധികം മണിക്കൂർ വെള്ളത്തിൽ കുതിർത്തെടുത്തശേഷം നനഞ്ഞ കളിമണ്ണുചേർത്ത് കൈകൊണ്ടോ കാലുകൊണ്ടോ കുഴച്ചെടുക്കാം. തുടർന്ന് കമ്പിവലയിലൂടെ അരിച്ച് മൺകട്ടകൾ വേർതിരിച്ചെടുത്തശേഷം രണ്ടുമൂന്നു ദിവസം വെയിലത്തുണക്കിയെടുത്താൽ മതി. കേൾക്കുമ്പോൾ ഏറെ പാടുപെടേണ്ടിവരുമെന്നു തോന്നാമെങ്കിലും സംഗതി എളുപ്പമാണെന്നതാണ് അനുഭവസാക്ഷ്യം.

ഇപ്പോഴിപ്പോൾ ഏറെപ്പേർ ഈ രീതിയിൽ വിത്തുകൾ തയാറാക്കാറുണ്ട്. നെൽവിത്തുകൾ വെള്ളത്തിൽ കിടന്നു ചീഞ്ഞുപോകാതെ ആവശ്യാനുസരണം മുളയ്ക്കാൻ ഈ ഫുക്കുവോക്ക രീതിയേക്കാൾ ഫലപ്രദമായ മറ്റൊരു മാർഗം ആർക്കുമിതുവരെ ചൂണ്ടിക്കാണിക്കാനായിട്ടില്ല.

വളർന്നുനിൽക്കുന്ന ബാർലിക്കും വരകിനുമിടയിലാണ് ഇദ്ദേഹം ഈ വിത്തുഗോളങ്ങൾ വിതറുകയെന്നുകൂടി അറിയണം. മെയ്മാസത്തിലാണ് ശീതകാലവിളവെടുപ്പ്. കൊയ്ത്തും മെതിയും കഴിഞ്ഞ് വൈക്കോൽ പാടത്തുതന്നെയിടും. തുടർന്ന് ഒരാഴ്ച വെള്ളംകെട്ടിനിർത്തും. കളകളുടെ വളർച്ച തടയാൻ വേണ്ടിയാണ് ഈ അടവുപ്രയോഗിക്കുന്നത്. ചീഞ്ഞളിയാൻ തുടങ്ങുന്ന കച്ചിയുടെ ആവരണത്തിനിടയിലൂടെ കളിമൺകട്ടകൾ തുരന്ന് മുളകൾ പുറത്തേക്ക് തലനീട്ടും. ജൂൺ–ജൂലായ് മാസങ്ങളിൽ നല്ല മഴകിട്ടും. ആഗസ്തിൽ കെട്ടിനിൽക്കാൻ ഇടനൽകാതെ പാടങ്ങളിലൂടെ വെള്ളം ഒഴുക്കിവിടും. തുടർന്ന് ശരൽക്കാല വിളവെടുപ്പ്. പ്രകൃതിക്കിണങ്ങിയ കൃഷിരീതിയിൽ നെല്ലിന്റെയും ശീതകാലവിളകളുടെയും കൃഷി ഇങ്ങനെയൊക്കെയാണ്. കൃഷിയിവിടെ ഒരു സാങ്കേതികവിദ്യ എന്നതിലുപരി പ്രാകൃതിക പ്രക്രിയ മാത്രമായിത്തീരുന്നു.

കൊയ്ത്തുകഴിഞ്ഞ പാടത്ത് വൈക്കോൽനിരത്തുകയെന്നൊക്കെ കേൾക്കുമ്പോൾ തീരെ നിസ്സാരമായിത്തോന്നാം. എന്നാൽ ഫുക്കുവോക്കൻ കൃഷിരീതിയുടെ ആത്മാവുതന്നെയാണ് ഈ പ്രക്രിയ. വിത്തുപാകി വൈക്കോൽപുത വിരിക്കാൻ കാലേക്കർ നിലത്തിന് ഒന്നോ രണ്ടോ മണിക്കൂർ മതിയാവുമത്രെ. ശീതവിളയിറക്കിയാൽ കൊയ്ത്തിനെ ആൾസഹായം വേണ്ടൂ. അതുവരെയുള്ളതൊക്കെ ഒറ്റയ്ക്കുചെയ്യാം. ധാന്യം വിളയിക്കാൻ ഇതിനേക്കാൾ ലളിതമായ മറ്റൊരു രീതി ഇല്ലെന്നതത്രെ സത്യം. പക്ഷേ ഈ ലാളിത്യമുണ്ടല്ലോ മുപ്പതിലേറെവർഷം പാടുപെട്ടും പരീക്ഷിച്ചും നേടിയെടുത്തതാണത്. എന്നാൽ ഇന്നിപ്പോഴത് വിത്തെറിയലും വൈക്കോൽ പുതയ്ക്കലുമായി ചുരുങ്ങുകയും സന്നദ്ധതയുള്ള ആർക്കും ചെയ്യാനാകുമെന്ന ഒരുനിലയിൽ എത്തിച്ചേരുകയും ചെയ്തിരിക്കുന്നു.

ഈ രീതിയിലുള്ള ഒരു കൃഷിരീതി പ്രാവർത്തികമാക്കുമ്പോൾ ചെറിയരീതിയിലുള്ള കളപറിക്കലും കമ്പോസ്റ്റുചേർക്കലുമൊക്കെ ആദ്യഘട്ടങ്ങളിൽ ആവശ്യമായി വരും. എന്നാൽ ഇത് ചുരുക്കിക്കൊണ്ടുവന്ന് ഏതാനും വർഷംകൊണ്ട് ഇതെല്ലാം പാടേ വേണ്ടെന്നുവെക്കാൻ കഴിയുന്ന ഒരവസ്ഥയിലെത്തിച്ചേരാൻ പ്രയാസമുണ്ടാവില്ല. ഉണ്ടാവുമെന്നു പറയുന്നവർ ധാരാളമായി ഉണ്ടായിരിക്കാം. ഒരുകാര്യമോർക്കണം. ആത്യന്തികമായി നോക്കിയാൽ കൃഷിയുടെ സാങ്കേതികതയല്ല എല്ലാറ്റിലും പ്രധാനം; കൃഷിചെയ്യുന്നയാളുടെ മാനസികാവസ്ഥയാണ്.

ഒക്കയാമയിലെ ടെസ്റ്റിങ് സെന്റർ ഫുക്കുവോക്കയുടെ പുതയിടൽ രീതി പരീക്ഷിച്ചതിനെക്കുറിച്ചുകൂടി പറയേണ്ടതുണ്ട്. കാര്യം തീരെ നിസ്സാ

രമെന്നു തോന്നുമെങ്കിലും മണ്ണിന്റെ ഫലപുഷ്ടി, മുളയ്ക്കൽ, കളകളുടെ വളർച്ച, ജലവിനിയോഗം, പക്ഷികളെ തുരത്തൽ എന്നിങ്ങനെ എല്ലാ ക്കാര്യങ്ങളുമായി ബന്ധപ്പെട്ട ഒന്നാണിതെന്നു ഫുക്കുവോക്ക കാട്ടിത്ത രുമ്പോൾ ക്ഷമയുള്ള ആർക്കുമിതൊന്നു പരീക്ഷിച്ചുനോക്കാൻ തോന്നും. സിദ്ധാന്തത്തിലായാലും പ്രയോഗത്തിലായാലും കൃഷിപ്പണിയിൽ വൈക്കോൽ എന്നുപറയുന്ന ഉണങ്ങി ശുഷ്കിച്ച സസ്യാവശിഷ്ടം സർവ പ്രധാനമാണെന്നാണ് ഫുക്കുവോക്ക തെളിയിച്ചിരിക്കുന്നത്.

നേരത്തെ പറഞ്ഞ ഒക്കയാമയിലെ ആ പരീക്ഷണകേന്ദ്രമുണ്ടല്ലോ, പരീക്ഷണപ്ലോട്ടുകളുടെ എൺപതുശതമാനത്തിലും, വിത്ത് നേരിട്ട് വിതറി നെല്ലുണ്ടാക്കുന്ന ഒരു രീതിയാണ് പാലിച്ചുപോരുന്നത്. കച്ചി മുറി ക്കാതെ പാടത്തുവിതറാൻ ഫുക്കുവോക്ക നിർദേശിച്ചത് പക്ഷേ ചെവി ക്കൊണ്ടില്ല. ഏതായാലും പിന്നീടുള്ള പരീക്ഷണങ്ങളിൽ വൈക്കോൽ അതേപോലെ വിതറിയും മുറിച്ചുവിതറിയും വൈക്കോൽപുത തീരെ ഉപ യോഗിക്കാതെയും ഒരേസമയം പരീക്ഷണം നടന്നു. വൈക്കോൽ മുഴു വനായി നിരത്തിയിട്ടപ്പോഴാണ് ഏറ്റവും നല്ല ഫലം ഉണ്ടായതെന്ന് സ്വയം ബോധ്യപ്പെടുകയും ചെയ്തു.

എന്നാൽ യസ്യക്കി അഗ്രിക്കൾച്ചറൽ സ്കൂളിലെ ഫ്യൂജി എന്ന വിദഗ്ധൻ വൈക്കോൽപുത തികഞ്ഞ പരാജയമാണെന്നതിനു തെളിവു മായി ഫുക്കുവോക്കയുടെയടുത്തുവന്നു. സ്വന്തം അനുഭവത്തിന്റെ വെളിച്ച ത്തിലാണത് പറഞ്ഞത്. എവിടെയോ എന്തോ തകരാറുണ്ടെന്ന് തോന്നി. കുറച്ചുനേരം പുള്ളിയെ ചോദ്യംചെയ്തപ്പോൾ സംഗതി പിടികിട്ടിയത്രെ. വളരെയേറെ ശ്രദ്ധയോടെ വൈക്കോൽ നിരത്തിവെക്കുകയായിരുന്ന അയാളെ അത്രയും ശ്രദ്ധിച്ച് ഇങ്ങനെയൊരു പണിചെയ്താൽ അതെ ങ്ങനെ പ്രകൃതിയുടെ രീതിയാകും? കൃത്രിമത്വത്തിന്റെ നാറ്റം ഇതു കേൾക്കുമ്പോൾതന്നെ മൂക്കിലെത്തുന്നില്ലേ? സ്വാഭാവികതയാണ് എല്ലാ റ്റിലും പ്രധാനം. കരിയിലവീണു കിടക്കുന്നതുപോലെ വൈക്കോൽ ചിത റിക്കിടക്കണം. പലരും ചെയ്യുമ്പോൾ പ്രകൃതികൃഷി പരാജയമായി അവ സാനിക്കുന്നതെന്തുകൊണ്ടാണെന്നു വ്യക്തമാക്കാൻ ഈയൊരുദാഹ രണം ധാരാളം മതിയാവും.

മറ്റു ധാന്യങ്ങളുടെ വൈക്കോൽ നെൽപാടങ്ങളിൽ ഉപയോഗിക്കാം. മറിച്ചും. എന്നാൽ ശീതകാലവിളകളുടെത് ശീതകാലവിളകൾക്കുതന്നെ ഉപയോഗപ്പെടുത്താതിരിക്കാൻ ശ്രദ്ധിക്കണം. രോഗബാധ ഒഴിവാക്കാനാ വില്ല. അതെന്തായാലും വൈക്കോലും ഉമിയുമെല്ലാം അവ വിളഞ്ഞ പാട ങ്ങളിൽത്തന്നെ തിരിച്ചെത്തിക്കണമെന്നതാണ് ഇതിൽ അന്തർലീനമായ തത്വം.

നോക്കൂ, വൈക്കോൽ ഒറ്റയടിക്ക് എന്തെല്ലാം ധർമങ്ങളാണ് നിർവ ഹിക്കുന്നതെന്ന്. വളത്തിനു വളം. കളകളിൽനിന്നും പക്ഷികളുടെ ഉപ

ദ്രവത്തിൽനിന്ന് (വിത്തുകൊത്തി തിന്നുന്നത്, കാഷ്ഠം കിട്ടുകയും ചെയ്യും). രണ്ടുപതിറ്റാണ്ടായി നിലം ഉഴാതിരുന്നിട്ടും ഉൽപ്പാദനത്തിൽ ഒരു കുറവും സംഭവിച്ചിട്ടില്ലെന്നു മാത്രമല്ല വെച്ചടി വെച്ചടി കയറ്റമാണെന്ന് പറഞ്ഞാൽ അത്രയെളുപ്പം ആരെങ്കിലും വിശ്വസിക്കുമോ? അതിനു പ്രധാനകാരണം ആറിഞ്ചുകനം വരുന്ന ഈ വൈക്കോൽപുതപ്പാണ്!

കൃഷിക്കാർ വിളവെടുപ്പു കഴിഞ്ഞ് വൈക്കോലെല്ലാം പാടത്തുതന്നെ തിരിച്ചെത്തിക്കുന്നപക്ഷം ജൈവവളനിർമ്മാണമെന്നു പറയുന്ന ശ്രമകരമായ ജോലി പ്രത്യേകമായി ചെയ്യേണ്ടിവരില്ലെന്ന് ഫുക്കുവോക്ക ഉറപ്പായി പറയുന്നു. എന്നാലിത് പരീക്ഷിക്കാൻ ആർക്കു ധൈര്യമുണ്ട്?

ഈ രീതിയിലെല്ലാം പ്രകൃതികൃഷിയിൽ ആദ്യവിജയം കൊയ്തപ്പോൾ അമേരിക്ക കണ്ടുപിടിച്ച കൊളമ്പസിനെപോലെ താൻ ആഹ്ലാദചിത്തനാവുകയാണുണ്ടായതെന്ന് ആചാര്യൻ നിരീക്ഷിക്കുന്നു.

പ്രകൃതിയെ കീറിമുറിക്കരുത്

ആഗസ്തുമാസം. അയൽവയലുകളിലെ നെൽച്ചെടികൾക്ക് അരയാൾ പൊക്കം. ഫുക്കുവോക്കയുടെ പാടങ്ങളിലെ ചെടികളാകട്ടെ, അതിന്റെ പകുതിയോളമുയരം മാത്രം. കണ്ടവർ കണ്ടവർ സഹതപിച്ചു. ഞാൻ “പണ്ടേ പറഞ്ഞതല്ലേ–” എന്നമട്ടിൽ അദ്ദേഹത്തെ നോക്കി. ചിലരുടെ മുഖത്തു പരിഹാസം. ചിലർക്ക് ‘ഭ്രാന്തൻ പരീക്ഷണം’ പരാജയപ്പെട്ടതിന്റെ സന്തോഷം. കുറെദിവസം കൂടിക്കഴിഞ്ഞ് തന്റെ പാടങ്ങൾ വന്നുകാണാൻ തികഞ്ഞ ആത്മവിശ്വാസത്തോടെ അദ്ദേഹമവരെ ക്ഷണിച്ചു.

വിളവെടുക്കാൻ കാലമായപ്പോൾ അവരിൽ പലരും വീണ്ടും വന്നു. പാടത്തെ നെൽക്കതിരുകളുടെ ആരോഗ്യംകണ്ട് അത്ഭുതപ്പെട്ടു. അഭിനന്ദിച്ചു.

ചെടികൾ ആവശ്യത്തിലേറെ പൊക്കത്തിൽ വളരുന്നത് വിളവിനെ ബാധിക്കുമെന്ന് ആർക്കാണറിഞ്ഞുകൂടാത്തത്? ഫലമായി കനംവെക്കേണ്ടതെല്ലാം അമിതമായ കായിക വളർച്ചയിൽ പാഴായിപ്പോവുകയല്ലേ? എന്നാലും തഴച്ചുകൊഴുത്തു വളർന്നുനിൽക്കുന്ന എന്തുകണ്ടാലും ഇതെല്ലാം മറക്കും. അർഹിക്കുന്നതിലുമേറെ പ്രതീക്ഷിക്കും. ഇതാണ് ആളുകളുടെയൊരു രീതി. മനുഷ്യനായാലും ധാന്യച്ചെടിയായാലും കൊഴുത്തുവളരാത്തതൊന്നും കണ്ണിൽപിടിക്കില്ല. ഇവരിൽ ചിലരുടെയെങ്കിലും മനസുമാറ്റാൻ ഫുക്കുവോക്കയുടെ കൃഷിയിടങ്ങൾ സഹായകമായി.

കായികവളർച്ചയും ധാന്യോൽപ്പാദനവും തമ്മിലുള്ള ബന്ധത്തെക്കുറിച്ച് വിശദമായി പഠിച്ച് അതിന്റെയൊരു കണക്കുണ്ടാക്കിയ വ്യക്തിയാണ് ഫുക്കുവോക്ക. ഇരുനൂറു റാത്തൽ വൈക്കോൽ തരുന്ന നെൽച്ചെടികളിൽനിന്ന് ലഭിക്കുന്ന ആകെ ധാന്യം ഏതാണ്ട് 1000 – 1200 റാത്ത

ലോളം വരുമെന്നതാണ് ഈ കണക്ക്. അതേസമയം മിതമായി വളരുന്ന ചെടികളിൽ 2000 റാത്തൽ വൈക്കോലിന് സമമായി അത്രയും നെല്ലു തന്നെ കിട്ടും. അനുകൂല സാഹചര്യത്തിൽ ഇത് 2400 റാത്തൽ വരെ പോകുമെന്നതാണനുഭവം.

വരണ്ട നിലത്ത് നെല്ല് അധികം പൊക്കംവെക്കില്ല. അതേസമയം ചെടികളുടെ എല്ലാ ഭാഗത്തും സൂര്യപ്രകാശം വീഴുമെന്നതിനാൽ, ഉൽപ്പാദനം ഗണ്യമായി കൂടും. ഒരു ചതുരശ്ര ഇഞ്ച് ഇല നിർമിക്കുന്ന അന്നജം നാലുനെന്മണികൾക്കു വരെ ജന്മംനൽകാൻ പര്യാപ്തമാകും. അങ്ങനെ മൂന്നോ നാലോ നെല്ലോലകൾചേർന്ന് ശരാശരി നൂറുനെന്മണികൾ വിളയിക്കും.

നെൽപ്പാടങ്ങളിൽ എപ്പോഴും ധാരാളം വെള്ളമുണ്ടായിരിക്കണമെന്നാണല്ലോ നാമൊക്ക പഠിച്ചത്. തലമുറകളായി ഇതുകണ്ട് പഴകി ഇതാണ് ശരിയെന്നു നാമെല്ലാം വിശ്വസിച്ചു. വെള്ളം കെട്ടിനിർത്താതെ നെൽകൃഷി സാധ്യമല്ലെന്നുപോലും നാം വാശിപിടിക്കും. എന്നാൽ നെൽപാടങ്ങളിൽ വെള്ളം നിർത്തുന്നത് പലപ്പോഴും ദ്രോഹകരമായി ത്തീരാറുണ്ടെന്ന് ഫുക്കുവോക്കയുടെ അനുഭവം പഠിപ്പിക്കുന്നു. വെള്ളം കുറഞ്ഞാൽ വേരുകൾ കൂടുതൽ ബലത്തിൽ വളരും. കാര്യക്ഷമത വർധിക്കും. അവയുടെ രോഗപ്രതിരോധശേഷി കൂടും.

വെള്ളം കെട്ടിനിർത്തുന്നതു പക്ഷേ, കളകളെ നിയന്ത്രിക്കാൻ നല്ലതാണ്. മഴക്കാലങ്ങളിൽ അദ്ദേഹം ഇങ്ങനെ ചെയ്യാറുണ്ട്. കൂടിയാൽ ഒരാഴ്ചത്തേക്കു മാത്രം. ഓക്സിജൻ കിട്ടാതെ കളച്ചെടികൾ നശിച്ചുപോകാൻ ഈ സമയം മതിയാവും. ആവരണ സസ്യമായി വളരുന്ന ത്രിപത്രിയുടെ ഇലകൾ മഞ്ഞയായിക്കഴിഞ്ഞിരിക്കും. മുളച്ചുവരുന്ന വിത്തുകൾ മണ്ണിൽ നന്നായി ഉറച്ചുകിട്ടാൻ ഈ സാഹചര്യം സഹായകമാകുന്നു.

വെള്ളം ചോർത്തിക്കളയുന്നതോടെ ത്രിപത്രികൾ അവയുടെ നഷ്ടപ്പെട്ട ഓജസ് വീണ്ടെടുക്കും. മണ്ണിനുമേലെ ആവരണമായി പടരും. പിന്നീടങ്ങോട്ട് ജലനിയന്ത്രണത്തിനായി കാര്യമായൊന്നും ചെയ്യാറില്ല. മഴ തീരെ കുറവായ സമയംപോലും നനയ്ക്കാറില്ല. ആഗസ്തിൽ കുറെവെള്ളം ഒഴുക്കിവിടും. കെട്ടിനിൽക്കാൻ അനുവദിക്കുകയില്ല.

പ്രാകൃതികമായ രീതിയിൽ വളരുന്ന ഒരു നെൽച്ചെടിയെ ശാസ്ത്രീയരീതിയിൽ വളർത്തപ്പെട്ട മറ്റൊന്നുമായി താരതമ്യം ചെയ്ത് കാതലായ പല വ്യത്യാസങ്ങളും ഫുക്കുവോക്ക കണ്ടെത്തിയിട്ടുണ്ട്. അനുഭവസമ്പന്നനായ ഏതു നാടൻ കൃഷിക്കാരനും ഇത് കൃത്യമായി തിരിച്ചറിയാൻ കഴിയുമത്രെ. ഒരു യഥാർഥ നെൽച്ചെടി എങ്ങനെയായിരിക്കണോ, കൃത്യമായും അതുപോലെതന്നെയായിരിക്കും പ്രകൃതിയുടെ ഭാഗമായി വളർന്ന ഒന്ന്. ലക്ഷണമൊത്ത ആകൃതി. രാസവളങ്ങളൊന്നും ഉപയോഗിച്ചിട്ടില്ലെന്ന് വേരു നോക്കിയാലറിയാം. മുഖ്യകാണ്ഡത്തിലെ മുട്ടുകൾ തമ്മിലുള്ള ദൂരംപോലും തിരിച്ചറിവിനുള്ള ലക്ഷണമായി വരും.

ഒരിക്കൽ പ്രൊഫസർ മട്സുഷിമയെന്ന കൃഷിവിദഗ്ധനുമായി

തർക്കിക്കേണ്ടിവന്നു. ചെടിയുടെ അറ്റത്തുനിന്ന് ഉത്ഭവിക്കുന്ന നാലാമത്തെ നെല്ലോലയ്ക്ക് ഏറ്റവുമധികം നീളമുണ്ടായാൽ അത്തരം ചെടികൾ ലക്ഷണമൊത്തവയായിരിക്കുമെന്ന് പ്രൊഫസർ പറഞ്ഞു. എന്നാൽ രണ്ടാമത്തെയോ മൂന്നാമത്തെയോ ഒലയ്ക്ക് നീളംകൂടിയാലും കുഴപ്പമില്ലെന്ന് ഫുക്കുവോക്കയുടെ നിരവധി അനുഭവങ്ങൾ തെളിയിച്ചു. ഇത്തരം നെൽച്ചെടികളിൽനിന്ന് കനത്ത കതിർക്കുലകൾ അദ്ദേഹം കൊയ്തെടുത്തിട്ടുണ്ട്. എന്നുമാത്രമല്ല, വളർന്നുകൊണ്ടിരിക്കുന്ന ഞാറിന്റെ വളർച്ച കൃത്രിമമായി മുരടിപ്പിക്കുന്നപക്ഷം ഏറ്റവും മുകളിലുള്ളതോ രണ്ടാമതു നിൽക്കുന്നതോ ആയ ഓല കൂടുതൽ വളർന്ന് ഏറ്റവും നീളമുള്ളതായിത്തീരാറുണ്ട്. വിളവ് ഒട്ടും മോശമാകാറില്ല താനും. നഴ്സറികളിൽ രാസവളമുപയോഗിച്ചു വളർത്തി പറിച്ചുനട്ട നെൽച്ചെടികളാണ് താൻ നിരീക്ഷണവിധേയമാക്കിയതെന്ന് പ്രൊഫസർ അവസാനം സമ്മതിച്ചു.

നല്ല കാമ്പുള്ള ഒരു പഴയ ഇനം നെൽവിത്ത്, രാജ്യത്തിന്റെ തെക്കൻ ഭാഗങ്ങളിൽ വളരുന്നത് ആയിടെ കൈയിൽകിട്ടി. ശീതകാലത്ത് വിതയ്ക്കുന്ന ഓരോ നെന്മണിയും ശരാശരി പന്ത്രണ്ട് തണ്ടുകൾ ഉള്ള ഒരു ചെടിയായി വളരുമെന്നും ഓരോന്നും ശരാശരി 250 ഗ്രാം വീതം ധാന്യം നൽകുമെന്നുമാണ് പ്രതീക്ഷിക്കുന്നത്. പാടത്ത് വീഴുന്ന പരമാവധി സൗരോർജം പ്രയോജനപ്പെടുത്താൻ കഴിവുള്ളതും സൈദ്ധാന്തികമായി ഇത്തരമൊരു ചെടിയിൽനിന്നു ലഭ്യമാക്കാവുന്നതും ആയ പരമാവധി വിളവ് ഇതിൽ നിന്നുണ്ടാക്കാനാണ് ശ്രമം. ഒരുദിവസം താനതിൽ വിജയിക്കുകതന്നെ ചെയ്യുമെന്ന ശുഭപ്രതീക്ഷ ഈ ജാതിവിത്തുപയോഗിച്ച് ഓരോ കാലേക്കറിൽനിന്നും 16 – 50 റാത്തൽ വിളവ് വീതം (ചിലേടങ്ങളിൽനിന്നു മാത്രമായിട്ടെങ്കിലും) – ഇപ്പോൾ തന്നെ ഉൽപ്പാദിപ്പിക്കാൻ കഴിഞ്ഞിട്ടുണ്ട്.

ഇതെല്ലാം നേരിൽ കണ്ടിട്ടും സാങ്കേതികം പറയുന്നവർ തടസവാദങ്ങൾ ഉന്നയിക്കുന്നു. "ഇതെല്ലാം താൽക്കാലികം മാത്രം, കുറച്ചു കൂടിക്കഴിയട്ടെ, നമുക്കു കാണാം എന്താണ് സംഭവിക്കുന്നതെന്ന്. കാലം ചെല്ലുന്നതിനനുസരിച്ച് പുതിയ പുതിയ പ്രശ്നങ്ങൾ ഉയർന്നുവരും. നോക്കിക്കോളൂ!" കഴിഞ്ഞ ഇരുപതിലേറെ വർഷമായി താൻ ഈ മേഖലയിൽ സജീവമാണെന്ന് എത്ര തവണ പറഞ്ഞാലും ഇവർ കേൾക്കുകയില്ല. കണ്ടാലും കൊണ്ടാലും പഠിക്കാത്തവരോട് ഒന്നും പറയാതിരിക്കുന്നതാണ് നല്ലത്.

നെൽകൃഷിയെക്കുറിച്ചാണല്ലോ ഇതുവരെ പറഞ്ഞുവന്നത്. ഫലവൃക്ഷത്തോപ്പുകളെക്കുറിച്ച് ഇനിയങ്ങോട്ടു കേൾക്കാം. മണ്ണിന്റെ ഗുണമേന്മ അഭംഗുരം നിലനിർത്തുകയെന്നത് ഫലവൃക്ഷത്തോപ്പുകളുടെ സംരക്ഷണവുമായി ബന്ധപ്പെട്ട ബാലപാഠം മാത്രമാണ്. രാസവളം ഉപയോഗിച്ചാൽ വൃക്ഷങ്ങൾ തഴച്ചുവളരുമായിരിക്കും. എന്നാൽ കുറച്ചുകാലമേ അതുണ്ടാകൂ. അവിടന്നങ്ങോട്ട് മണ്ണിന്റെ ജൈവികതയാകെ നശിപ്പിച്ചുകളയും. ക്ഷയംപിടിച്ച മണ്ണിനെ രക്ഷപെടുത്താൻ പിന്നെ പാടുപെടേ

ണ്ടിവരും.

ഫുക്കുവോക്കയോടൊപ്പം കുറച്ചുകൂടി യാത്രചെയ്യാം. സമൃദ്ധിചുരത്തുന്ന ഈ തോട്ടം നോക്കൂ. ഇരുപതുവർഷം മുമ്പുവരെ തരിശായിരുന്നു. ഒന്നിനുംകൊള്ളാത്ത ഉറച്ച കളിമണ്ണിൽ തൂമ്പപോലും ഏശില്ലായിരുന്നു. ഇപ്പോൾ നോക്കൂ നിറയെ ചെറുനാരങ്ങമരങ്ങൾ! നാരകമാണ് ഈ മണ്ണിനുപറ്റിയതെന്ന് സ്വയം തീരുമാനിക്കുകയായിരുന്നു. കൃഷിപ്പണി തുടങ്ങുന്നതിനു മുന്നോടിയായി മണ്ണിനെ മെച്ചപ്പെടുത്തിയെടുക്കേണ്ടി വന്നു. യുദ്ധാനന്തര കാലമായിരുന്നു. ആഴത്തിൽ കിളക്കുകയും കുഴി മാന്തി ജൈവവളമിട്ടു മൂടുകയും ചെയ്യുന്ന രീതിക്ക് നല്ല പ്രചാരമുള്ള കാലം. ഫുക്കുവോക്കയും ആ രീതി പിന്തുടർന്നു. എന്നാൽ അധികം താമസിയാതെ അതുപേക്ഷിച്ചു. അനുഭവംകൊണ്ട് പഠിച്ചത് അങ്ങനെ ചെയ്യാനായിരുന്നു. ഒന്നാമതായി ഈ രീതിയിൽ കൃഷിയിറക്കാൻ അമിതാധ്വാനം ആവശ്യമാണ്. എന്നാൽ അധ്വാനത്തിന്റെ കാഠിന്യമനുസരിച്ച് മണ്ണിന്റെ ഗുണം വർധിക്കുന്നുമില്ല.

ഇവിടെയാണ് ഫുക്കുവോക്കയുടെ തനതുരീതി പ്രസക്തമാകുന്നത്. അദ്ദേഹം അതു നടപ്പിലാക്കിയത് എങ്ങനെയെന്നോ? ആദ്യം പുല്ലും പന്നലുകളും ശേഖരിച്ച് പറമ്പിൽ കുഴിച്ചുമൂടി. പിന്നെ കുറെയേറെ മരത്തടികൾ കണ്ടെത്തി കുഴിയിട്ടുമൂടി. മരത്തടി; എന്തിനാണത്? നല്ല മണ്ണുണ്ടാക്കാൻ എല്ലാറ്റിനേക്കാളും ഫലപ്രദമാണെന്ന് ചില അനുഭവങ്ങൾ പഠിപ്പിച്ചു. അതൊന്നു പരീക്ഷിക്കാമെന്ന് ആ സന്ദർഭത്തിൽ തോന്നി. അത്രതന്നെ. എന്നാൽ കുന്നിൻമുകളിലേക്ക് മരത്തടി കൊണ്ടുവരാൻ വേണ്ട അധ്വാനം താങ്ങാവുന്നതിലും ഏറെയാണ്. അങ്ങനെ തുടരാൻ വയ്യെന്ന് തോന്നി. അതിനകം നാരകച്ചെടികൾ വളരാൻ തുടങ്ങിയിരുന്നു. ഇടവിളകളായി ദേവതാരു, പൈൻ തുടങ്ങിയവയും വളരുന്നു. മോറിഷിമാ അക്കേഷ്യയും ഉണ്ട്. വിദേശിയാണ്. പക്ഷേ, തന്റെ മണ്ണിന് ഏറ്റവും യോജിച്ചത് ഈ മരമാണെന്ന് പെട്ടെന്ന് മനസിലായി. നല്ല ഉറപ്പുള്ള തടി. പൂക്കൾ ധാരാളം. തേനാണെങ്കിൽ ഇഷ്ടംപോലെ. തേനീച്ചകളുടെ കോലാഹലം. ഇലകൾ കാലിത്തീറ്റയായി ഉപയോഗിക്കാം. ശാഖകൾ കാറ്റിനെച്ചെറുത്തുനിർത്തും. വേരുകളിൽ നിറയെ മുഴകളാണ്. നൈട്രജസ്ഥിരീകരണ ബാക്ടീരിയകൾ അവയിൽ സുലഭം. അതുകൊണ്ട് നൈട്രജൻ വളത്തിന് മറ്റെങ്ങും പോകേണ്ടതില്ല. ആരുടെയും സഹായമില്ലാതെ നാരകച്ചെടികൾക്ക് അതു ലഭിച്ചുതുടങ്ങും. ആസ്ത്രേലിയയിൽനിന്നും ഇറക്കുമതി ചെയ്ത ആ വൃക്ഷം ഏതു സ്വദേശിയെക്കാളും നന്നായി വളരുമെന്ന് താമസിയാതെ വ്യക്തമായി. തൈച്ചെടി നട്ടാൽ ഏതു മൊട്ടപ്പാറയിലും എത്ര പെട്ടെന്നാണ് ആഴത്തിൽ വേരോട്ടമുണ്ടാക്കുകയെന്നോ. ഏഴുവർഷംകൊണ്ട് ടെലിഫോൺ പോസ്റ്റിന്റെ പൊക്കം വച്ചു. കാലേക്കർ തോട്ടത്തിൽ ഇത്തരം 6–10 വൃക്ഷങ്ങൾ എന്ന തോതിൽ അവ വളർന്നു. അക്കേഷ്യയുടെ 'മാജിക്ക്' ബോധ്യപ്പെട്ടതോടെ ഏറെ ബുദ്ധിമുട്ടി ദൂരസ്ഥലങ്ങളിൽനിന്ന് പാഴ്ത്തടി ശേഖരിച്ചുകൊണ്ടു വരേ

ണ്ടതില്ലെന്നു നിശ്ചയിച്ചു.

മേൽമണ്ണിന്റെ ഗുണമേന്മ വർധിപ്പിക്കാൻ ത്രിപത്രിയും അൽഫാൽ ഫയും ഉപയോഗിച്ചു. രണ്ടും പയറുവർഗം ചെടികളാണല്ലൊ. പക്ഷേ, ആ മണ്ണിൽ വേരുപിടിച്ചുകിട്ടാൻ ഏറെ സമയമെടുത്തു. എന്തായാലും പിന്നീടവ നന്നായി പടർന്നുപിടിക്കുകയും മണ്ണിനു സംരക്ഷണം നൽകു കയും ചെയ്തു. ഇതോടൊപ്പം നട്ട മുള്ളങ്കിയുടെ വേരുകൾ ആഴത്തിലി റങ്ങി വായുവിന്റെയും വെള്ളത്തിന്റെയും സഞ്ചാരം അനായാസമാക്കി. ജാപ്പനീസ് മുള്ളങ്കിച്ചെടി ഒരിക്കൽ നട്ടാൽമതിയാകും. സീസൺ വരു മ്പോൾ ഓരോവർഷവും പൊട്ടിമുളച്ച് സജീവമായിക്കൊള്ളും.

മണ്ണിന്റെ വളക്കൂറു കൂടിയപ്പോൾ കളച്ചെടികൾ മത്സരിച്ചുവളർന്നു. ഏഴെട്ടുവർഷത്തിനകം ത്രിപത്രിയും ആൽഫാൽഫയും ഈ കാട്ടുപടർപ്പു കൾക്കിടയിൽ അപ്രത്യക്ഷമായി. ഇതിനകം ഉറച്ചുകട്ടിയായ കണിമണ്ണിന് പരിവർത്തനമുണ്ടായിക്കഴിഞ്ഞു. അതുപൊടിഞ്ഞു. ചുവപ്പുനിറം കറു പ്പായി മാറി. ധാരാളം ജൈവാംശമുണ്ടായതോടെ മണ്ണിരകൾ പ്രത്യക്ഷ പ്പെട്ടു.

ഫുക്കുവോക്കയുടെ ഈ ചെറുനാരകത്തോട്ടം ഇപ്പോൾ സജീവമാ ണ്. പച്ചിലച്ചെടികളുടെ ആവരണത്തിനുള്ളിൽ മണ്ണ് ഫലസമൃദ്ധി കൈവ രിച്ചു. അക്കേഷ്യയുടെ വേരുകൾ ആഴത്തിലിറങ്ങി നൈട്രജന്റെ കുറവു പരിഹരിച്ചു. പ്രത്യേകമായി ഒന്നും ചെയ്യാതെതന്നെ ഇപ്പോൾ എല്ലാ ആവശ്യങ്ങളും നടക്കുന്നു.

വന്യസസ്യങ്ങൾ സ്വാഭാവികമായ രീതിയിൽ വളർന്ന് നല്ല കാഫലം തരാറില്ലേ. പച്ചക്കറികളും മറ്റും ഈ രീതിയിൽ ഉൽപ്പാദിപ്പിക്കാവുന്നതേ യുള്ളൂ. രണ്ടുരീതികളിലിതു സാധ്യമാണ്. അടുക്കളത്തോട്ടങ്ങളിൽ. പിന്നെ ഏതെങ്കിലും തുറസിൽ വന്യമായ രീതിയിൽ വളരാൻ അനുവദിക്കാം.

അടുക്കളത്തോട്ടമാണെങ്കിൽ ശരിയായ സമയം നോക്കി അനുയോ ജ്യമായവ നട്ടുവളർത്തുകതന്നെ വേണം. മണ്ണു ശരിപ്പെടുത്തണം. അനു യോജ്യമായ ജൈവവളം ഉപയോഗിക്കണം. ജപ്പാൻകാർ പണ്ടുപണ്ടേ അടുക്കളത്തോട്ടമുണ്ടാക്കുന്നത് പ്രകൃതിക്കിണങ്ങിയ രീതിയിലാണ്. ഇത്തരം തോട്ടങ്ങൾക്ക് ചുറ്റും പലതരം വൃക്ഷങ്ങളുണ്ടാവും. വൃക്ഷച്ചു വട്ടിൽ കുട്ടികൾ കളിക്കുന്നു. തോട്ടത്തിൽ കോഴികൾ ചിക്കിപ്പെറുക്കു ന്നു. കുട്ടികൾക്കായി അവ മുട്ടകളിട്ടുകൊടുക്കും. ഉച്ചിഷ്ടം ഭക്ഷിച്ച് പന്നി കൾ തടിച്ചുകൊഴുക്കും. എല്ലാത്തരം പ്രാണികളുമുണ്ടാകും. പച്ചക്കറിച്ചെ ടികൾക്കൊപ്പം അവയും വളരും. ഒരു ഇരുപതുവർഷം മുമ്പുവരെ ഗ്രാമ ങ്ങളിൽ ഇത്തരം അടുക്കളത്തോട്ടങ്ങൾ സാധാരണമായിരുന്നു. സ്വയം പര്യാപ്തമായ ഇത്തരം ചെറുകൃഷിയിടങ്ങൾ ഇപ്പോൾ തീരെ കുറവാണ്. ഈ രീതിയിലുള്ള ചാക്രിക രീതികളെല്ലാം ഇല്ലാതായിക്കഴിഞ്ഞു. നോക്കൂ, ഇവിടെ ജൈവികാംശങ്ങൾ എപ്പോഴും മണ്ണിൽ തിരിച്ചെത്തിക്കൊണ്ടിരി

ക്കുന്നു. അവയുടെ സമൃദ്ധിയിൽ മലക്കറികൾ കരുത്തുനേടുന്നു. വിളകളുടെ പരിക്രമണം സ്വാഭാവികമായി സംഭവിച്ചുകൊണ്ടിരിക്കുന്നു.

ഉപദ്രവകാരികളായ പ്രാണികളെ വരുതിയിൽ നിർത്താൻ കൈകൾ മാത്രം മതിയാവും. നുള്ളിപ്പെറുക്കിക്കളയാം. മനുഷ്യർ മാത്രമല്ല അവന്റെ വളർത്തുപക്ഷികളും അവയെ നിയന്ത്രണവിധേയമാക്കിനിർത്തും. മണ്ണുമാറ്റി വേരുകൾക്ക് കേടുവരുത്താതെ തന്നെ വിരകളെയും ചെറുപ്രാണികളെയും കൊത്തിത്തിന്നുന്നതരം കോഴികൾ അടുത്തകാലംവരെ ആ നാട്ടിലുണ്ടായിരുന്നു.

മൃഗവിസർജ്യം മാത്രമല്ല, മനഷ്യരുടെ വിസർജ്യംപോലും വളമായി ഉപയോഗിക്കാമെന്നു കേട്ടാൽ പലരും മൂക്കുചുളിക്കും. ശ്ശെ, എത്ര അപരിഷ്കൃതം, എന്തൊരു വൃത്തികേട്, ആഹാരത്തിനുവേണ്ടി മനുഷ്യൻ ഇത്ര അധഃപതിക്കേണ്ടതുണ്ടോ? ഇങ്ങനെയൊക്കെയാണ് പ്രതിഷേധത്തിന്റെ പോക്ക്. "വൃത്തിയുള്ള" പച്ചക്കറികളാണ് എല്ലാവർക്കും വേണ്ടത്. വിസർജ്യം വളമായുപയോഗിച്ചാൽ അതിൽനിന്നുണ്ടാകുന്ന ഭക്ഷ്യവസ്തുക്കൾക്ക് അവയുടെ 'വൃത്തി' നഷ്ടപ്പെടില്ലെന്ന സംശയം ദൂരീകരിക്കാൻ ഒരേയൊരു മാർഗം അത് നേരിട്ടു കാട്ടിക്കൊടുക്കൽ മാത്രമാണ്. ഫുക്കുവോക്കയുടെ പാടങ്ങളിൽ അത്തരം വളങ്ങൾ ഉപയോഗിച്ചും പച്ചക്കറികൾ വിളയിക്കുന്നു. ദൈവചക്രം പ്രവർത്തനനിരതമാകുന്നതിന് മറ്റൊരു മാതൃക. പരിസരം വൃത്തികേടാക്കുന്ന പാഴ്‌വസ്തുക്കൾ പോഷണമൂല്യമുള്ള ആഹാരവസ്തുക്കളായി മാറുന്ന 'മാജിക്ക്'! തീർച്ചയായും ഫുക്കുവോക്കയെ അനുകരിക്കാൻ ചുറ്റും ആളുകളുണ്ടായി. പരിസ്ഥിതി സംരക്ഷണത്തിലെ വിലപ്പെട്ട ഒരു പാഠംതന്നെയായി ഇന്നത് മാറിയിരിക്കുന്നു.

എന്നാൽ രാസവളങ്ങൾ ഉപയോഗിച്ച് വളർത്തിയാലേ പച്ചക്കറികളും മറ്റും വൃത്തിയുള്ളതാകൂ എന്ന് വാശിപിടിക്കുന്നവരെ എങ്ങനെ പറഞ്ഞു മനസിലാക്കാനാണ്. കണ്ടാലറിയില്ല, കൊണ്ടാലുമറിയില്ല. കൂടുതൽ രാസവളങ്ങൾ, കൂടുതൽ രാസകീടനാശിനികൾ എന്നാണ് ഇവരുടെ മുദ്രാവാക്യം.

വന്യതയിലെ കൃഷിയും ഇത്രതന്നെ പ്രധാനമാണ്. ഏതാണ്ട് വന്യം എന്നേ ഫുക്കുവോക്ക പറയുന്നുള്ളൂ. മനുഷ്യസമ്പർക്കമുള്ളയിടങ്ങളിൽ പൂർണവന്യത പ്രായോഗികമല്ലല്ലോ. പാഴ്സ്ഥലങ്ങളിൽ ഈ രീതിയിലുള്ള മലക്കറികൃഷി പ്രോത്സാഹിപ്പിക്കാം. നദീതീരങ്ങൾ, വിശാലമായ തുറസുകൾ, എല്ലാം ഇതിന് പറ്റിയ സ്ഥലങ്ങളത്രെ. പച്ചക്കറിവിത്തുകൾ ഇഷ്ടംപോലെ വിതറാം. കിളിർക്കും. വളരും. ഫലം തരും. കിളിർത്തതെല്ലാം ഫലപ്രാപ്തിയിലെത്തില്ല എന്നേയുള്ളൂ. പടുമുളയായി വളർന്ന മത്തനും കുമ്പളങ്ങയും വെള്ളരിക്കയും അത്ഭുതങ്ങൾ തന്നെ കാഴ്ചവെക്കാറില്ലേ? ഫുക്കുവോക്കയുടെ കൃഷിരീതിയിൽ വേനൽപുല്ലുകൾ

ഉണങ്ങാൻ തുടങ്ങുകയും ശൈത്യകാലക്കളകൾ നാമ്പുനീട്ടാൻ സമയമായിട്ടില്ലാത്തതുമായ ഒരു കാലമാണ് ഈ രീതിയിൽ ബോധപൂർവം പടുമുളകൾ ഉണ്ടാക്കുന്നതിനാവശ്യമായ വിത്തുകളെറിയാൻ ഏറ്റവും പറ്റിയ കാലം.

തെറ്റിയും തിരുത്തിയും പരീക്ഷിച്ചും സ്വയം വളർത്തിയെടുത്തതാണ് ഫുക്കുവോക്കയുടെ ഈ രീതി. പ്രാദേശിക സാഹചര്യങ്ങളെ അദ്ദേഹം എപ്പോഴും കണക്കിലെടുത്തു. ഓരോതരം പച്ചക്കറിക്കും പറ്റിയ കാലം, സാഹചര്യം ഏതെന്ന്, ഈ അനുഭവങ്ങളിലൂടെ അറിവുനേടുകയും അതിന്റെ അടിസ്ഥാനത്തിൽ കൂടുതൽ മെച്ചപ്പെട്ട വന്യകൃഷിയിലേക്കു നീങ്ങുകയും ചെയ്തു. ഏതുതരം വിളകൾ ഏതുതരം കളപ്പുല്ലുകൾക്കിടയിലാണ് നന്നായി വളരുകയെന്നുപോലും അദ്ദേഹം കൃത്യമായി മനസിലാക്കിവെച്ചു. എല്ലാ രാജ്യങ്ങൾക്കും ഒരേരീതി പറ്റില്ല. പ്രാദേശികമായ പ്രത്യേകതകൾക്കനുസരിച്ച് തനതു രീതികൾ വളർത്തിയെടുക്കാൻ കഴിയണം.

ഉപയോഗശൂന്യമായിക്കിടക്കുന്ന പാഴ്നിലങ്ങളെ ഫലപുഷ്ടമാക്കാൻ വന്യകൃഷി വളരെയേറെ ഫലപ്രദമാണ്. ഇത്തരം സ്ഥലങ്ങളിൽ ആധുനികരീതിയിലുള്ള ശാസ്ത്രീയകൃഷി ഉപയോഗിക്കുന്നത് സൂക്ഷിച്ചുവേണം. ഇല്ലെങ്കിൽ രോഗവും കീടവും ക്രമത്തിൽ എല്ലാം നശിപ്പിക്കും. പ്രകൃതിയിലെ സസ്യജാലങ്ങൾക്കിടയിൽ ഔഷധച്ചെടികളും കായ്കറിവിളകളും കൂട്ടിക്കലർത്തി കൃഷിയിറക്കുന്നപക്ഷം കീടങ്ങൾ സ്വയം നിയന്ത്രണവിധേയമാകാൻ കൂടുതലെളുപ്പമാണത്രെ. കൈകൊണ്ട് പെറുക്കികളയേണ്ട ആവശ്യംപോലും വരില്ല.

കളകൾ സമൃദ്ധമായി വളരുന്ന ഏതുസ്ഥലവും ഈ രീതിയിലുള്ള പച്ചക്കറികൃഷിക്ക് അനുയോജ്യമാണെന്ന് ഫുക്കുവോക്ക ഉറപ്പിച്ചുപറയുന്നു. കളകളുടെ വാർഷിക ചക്രത്തെക്കുറിച്ച് നമുക്ക് നല്ല പരിജ്ഞാനമുണ്ടായിരിക്കണമെന്നുമാത്രം. പുല്ലിന്റെ (കളയുടെ) സ്വഭാവം നോക്കി മണ്ണിന്റെ സ്വഭാവം പ്രവചിക്കാനാവും.

ശാസ്ത്രീയകൃഷിക്ക് അതിന്റേതായ പരിമിതികളുണ്ട്. ഇതു മനസിലാക്കാൻ പക്ഷേ ശാസ്ത്രജ്ഞൻ ദാർശനികനായിരിക്കണം. മനുഷ്യന്റെ ജീവിതലക്ഷ്യം എന്താണ്; എന്താണ് അവൻ സൃഷ്ടിക്കേണ്ടത് തുടങ്ങിയുള്ള ചോദ്യങ്ങൾ സ്വയം ചോദിക്കാൻ കഴിയണം. ഇത്തരം കാഴ്ചപ്പാടില്ലെന്നതാണ് ശാസ്ത്രീയകൃഷിയുടെ മുഖ്യപരിമിതിയെന്ന്, ഫുക്കുവോക്ക അഭിപ്രായപ്പെടുന്നു.

ശാസ്ത്രജ്ഞർക്ക് എപ്പോഴും ഗവേഷണമെന്ന ഒറ്റലക്ഷ്യമെയുള്ളൂ എന്ന് ഫുക്കുവോക്ക പറയുമ്പോൾ അത് അവഗണിക്കാനാവില്ല. ഈ ലക്ഷ്യം വച്ച് അയാൾ അവിടെയുമിവിടെയും അലഞ്ഞുതിരിയും. പ്രാകൃതിക ഘടകങ്ങളുടെ ഒരുവശം മാത്രമേ ഇവരുടെ കണ്ണിൽപ്പെടൂ. ഈ

പ്രാകൃതിക വസ്തുതകൾ സ്ഥലകാലഭേദമനുസരിച്ചും കാലികമായും മാറിക്കൊണ്ടിരിക്കുന്നതും ഇവർ കണക്കിലെടുക്കാറില്ല. ആധുനിക ഗവേഷണം പ്രകൃതിയെ ചെറുതുണ്ടുകളായി കീറിമുറിച്ചശേഷം പ്രകൃതിനിയമങ്ങൾക്കോ പ്രായോഗിക അനുഭവങ്ങൾക്കോ നിരക്കാത്തതും അവയെ സ്ഥാപിച്ചെടുക്കാൻ കഴിയാത്തതുമായ അനേകം പരീക്ഷണങ്ങൾ നടത്തുന്നു. ഫലങ്ങളെ കൃഷിക്കാരന്റെ താൽപ്പര്യമനുസരിച്ചല്ല ഗവേഷണത്തിന്റെ സൗകര്യമനുസരിച്ചാണ് ക്രമീകരിക്കുക. എന്നിട്ട് അതെല്ലാം കടുകിട വ്യത്യാസമില്ലാതെ പാടത്ത് പ്രയോഗിക്കണമെന്ന് വാശിപിടിക്കും. ഇതൊരു വലിയ തെറ്റാണ്. ഈ തെറ്റിന്റെ ആവർത്തനമാണ് കൃഷിയിടങ്ങളിലെല്ലാം നാം കാണുന്നത്.

ഈ കാഴ്ചപ്പാടിന് ഫുക്കുവോക്ക നൽകുന്ന നിരവധി ഉദാഹരണങ്ങളിൽ ഒന്നുമാത്രം ഇവിടെ രേഖപ്പെടുത്തുകയാണ്. എഹിമെ സർവകലാശാലയിലെ ഡോട്സൂണോ നെൽച്ചെടികളുടെ ഉപാപചയനിരക്കും അവ നൽകുന്ന ഉൽപ്പാദനത്തിന്റെ മികവും തമ്മിൽ ബന്ധപ്പെടുത്തിയ തന്റെ പഠനത്തെക്കുറിച്ച് ഒരു തടിയൻ ഗ്രന്ഥംതന്നെ രചിക്കുകയുണ്ടായി. ഗവേഷണവുമായി ബന്ധപ്പെട്ട് കൂടെക്കൂടെ അദ്ദേഹം തന്റെ പാടങ്ങളിലേക്കുവരാറുണ്ടായിരുന്നു. മണ്ണ് പരിശോധിക്കും. ചെടികളുടെ പൊക്കമളക്കും. നെല്ലോലകളിൽ സൂര്യരശ്മികൾ വീഴുന്ന കോൺ ശിഷ്യരെക്കൊണ്ട് അളന്നുതിട്ടപ്പെടുത്തും. പിന്നെയും പലതും ചെയ്യാറുണ്ട്. പോകുമ്പോൾ ഏതാനും നെൽച്ചെടികൾ പിഴുതെടുത്തുകൊണ്ടുപോകും. ഇതെല്ലാംകണ്ട്, താങ്കൾ എന്റെ കൃഷിരീതിക്ക് പ്രചാരം നൽകുമോ എന്ന് ഫുക്കുവോക്ക ചോദിച്ചു. 'ഇല്ല' എന്നായിരുന്നു മറുപടി. 'ഗവേഷണം പൂർത്തിയായിക്കഴിഞ്ഞാൽ അതിന്റെ ഫലം ഞാൻ നിങ്ങൾക്കുതരും. അതോടെ എന്റെ കടമതീരും. ഗവേഷണത്തിൽ മാത്രമാണ് എനിക്കു താൽപ്പര്യം.' മുഖത്തടിച്ചപോലെ അദ്ദേഹം പറഞ്ഞു.

ഇതാണ് ഈ ഗവേഷണങ്ങളുടെ പൊള്ളത്തരം. ഗവേഷണത്തിനുവേണ്ടിയുള്ള ഗവേഷണം. ചെടികളെ നോക്കി ചിലതു പഠിച്ചെന്നു ഭാവിക്കും. പിന്നീട് പുസ്തകമെഴുതി ഡോക്ടറേറ്റു സമ്പാദിക്കും. വിളവ് വർധിപ്പിക്കുന്ന കാര്യത്തിൽ അതിനു പ്രസക്തിയുണ്ടോ, പരിസ്ഥിതിയെ അതെങ്ങനെ ബാധിക്കും തുടങ്ങിയുള്ള കാര്യങ്ങളൊന്നും പ്രശ്നമേയല്ലെന്നുവരും.

ഹരിതവിപ്ലവത്തെക്കുറിച്ചും പ്രകൃതികൃഷിയുടെ ആചാര്യന് ചിലതു പറയാനുണ്ട്. ആയിടെ അതിനെക്കുറിച്ചു ധാരാളം കേൾക്കാൻ തുടങ്ങിയിരുന്നു. ഗുണമേന്മ കൃത്രിമമായി വർധിപ്പിച്ച വിത്തിനങ്ങളിലധിഷ്ഠിതമാണ് ഹരിതവിപ്ലവമെന്നതാണ് ഈ വിമർശനം. ഒരുപാടു രാസവളങ്ങൾ. ഒരുപാട് കീടനാശിനികൾ. ആത്യന്തികലക്ഷ്യം ഉൽപ്പാദനവർധനവാകുമ്പോൾ, അതു പരമാവധിയിലെത്തണമെന്നു വാശിപിടിക്കുമ്പോൾ മറ്റു

പരിഗണനകളെല്ലാം നിസ്സാരമായിത്തീരുന്നു. ചുരുങ്ങിയകാലംകൊണ്ട് മണ്ണിന്റെ ഘടനയാകെ താറുമാറാകും. ജീവൻ നശിച്ച മണ്ണിനെ ഭാവി തലമുറ എങ്ങനെ ഉപയോഗപ്പെടുത്താനാണ്? പുറമെനിന്നു ലഭ്യമാകുന്ന പോഷകമൂല്യങ്ങളെ ആശ്രയിച്ചാണ് പിന്നീടങ്ങോട്ട് അതിന്റെ നിലനിൽപ്പ്. പ്രകൃതിദത്തമായ പോഷണക്കുറവുകൊണ്ടാണ് രാസവസ്തുക്കളിൽ അധിഷ്ഠിതമായ കൃഷിരീതികളെ ആശ്രയിക്കേണ്ടി വരുന്നതെന്നു പറയുന്നതു പച്ചക്കള്ളമാണ്. നേരെമറിച്ചാണ് സംഭവം. പ്രകൃതിദത്തമായ ഫലപുഷ്ടിയെ തുടർച്ചയായി നടത്തിയ ശാസ്ത്രീയകൃഷി പാടെ നശിപ്പിച്ചു. അതോടെ ഫലപുഷ്ടി വീണ്ടെടുക്കാനുള്ള എളുപ്പമാർഗമായി രാസവസ്തുക്കളെ ആശ്രയിക്കാൻ തുടങ്ങി. അതാണ് സത്യം. ക്ഷമാപൂർവമായ കാത്തിരിപ്പിലൂടെ നഷ്ടപ്പെട്ടതെല്ലാം വീണ്ടെടുക്കാം. താൻ പ്രോത്സാഹിപ്പിക്കുന്ന പ്രകൃതികൃഷി അതിലേക്കുള്ള വഴിയാണെന്ന് ഫുക്കുവോക്ക ചൂണ്ടിക്കാട്ടുന്നു.

രോഗമറിഞ്ഞ് ചികിത്സിക്കുക

പരിസ്ഥിതിമലിനീകരണത്തെക്കുറിച്ച്, പരിസരം വിഷമയമാകുന്നതിനെക്കുറിച്ച് എല്ലാവരും ബോധവാന്മാരാണെന്നതു നേരുതന്നെ. ഇത്തരം നിരവധി പ്രതിഷേധ റാലികളിൽ ചിലപ്പോൾ ഫുക്കുവോക്കയും പങ്കെടുത്തിട്ടുണ്ടാകാം. ആരുടെയും ആത്മാർഥതയേയൊ സത്യസന്ധതയേയൊ ചോദ്യംചെയ്യാൻ അദ്ദേഹം തയാറല്ല. എന്നാൽ ഇന്നത്തെ സാഹചര്യത്തിൽ ഇത്തരം പ്രകടനങ്ങളെല്ലാം സമയവും ഊർജവും പാഴാക്കലല്ലേയെന്ന് അദ്ദേഹം സംശയിക്കുന്നു.

കാരണമെന്താണെന്നല്ലേ? ഇതെല്ലാം രോഗലക്ഷണങ്ങളോടുള്ള പ്രതിഷേധം മാത്രമേയാകുന്നുള്ളൂ എന്നദ്ദേഹം വിശ്വസിക്കുന്നു. രോഗകാരണങ്ങളെക്കുറിച്ചന്വേഷിക്കാൻ ആരും മുതിരാത്തതെന്തുകൊണ്ടാണ്? ആ രീതിയിൽ പരിഹാരമന്വേഷിക്കാതെ രോഗലക്ഷണങ്ങൾക്കു ചുറ്റും കറങ്ങിനടന്നു സമയം കളയുന്നത് രോഗം മൂർച്ഛിക്കാൻ മാത്രമേ സഹായകമാകുകയുള്ളൂ എന്ന് പറയുമ്പോൾ അതിലടങ്ങിയ ദീർഘവീക്ഷണത്തിന്റെ വിവേകം നാം തിരിച്ചറിയേണ്ടതല്ലേ?

മലിനീകരണത്തിനെതിരെയുള്ള ഒരു സമ്മേളനത്തിൽ പങ്കെടുത്തതിന്റെ അനുഭവം അദ്ദേഹം വിവരിക്കുന്നുണ്ട്. ജൈവകൃഷിരീതി പ്രചരിപ്പിക്കുന്ന ഒരു സംഘത്തിന്റെ തലവൻതന്നെയായിരുന്നു അധ്യക്ഷൻ. കർഷകർക്കിടയിലും സർക്കാരിലും നല്ല സ്വാധീനമുള്ള നിരവധി വ്യക്തികൾ പങ്കെടുത്തു. ഏതു വിത്തിറക്കണം, എങ്ങനെ വളം ചെയ്യണം, ഏതു കീടനാശിനി പ്രയോഗിക്കണം എന്നൊക്കെ തീരുമാനിക്കാൻ അധികാരമുള്ളവർ.

ഇത്രയേറെ വിശിഷ്ടവ്യക്തികൾ പങ്കെടുത്തതുകൊണ്ട് മലിനീകരണത്തിന് എന്തെങ്കിലും പരിഹാരം കാണാൻ കഴിയുമെന്ന വിശ്വാസത്തിലാണ് ഫുക്കുവോക്കയും അതിന്റെ ഭാഗമായത്. പക്ഷേ, എന്താണ

ുണ്ടായത്? കുറെ സാങ്കേതിക പദങ്ങളുടെ ആവർത്തനം. ഭക്ഷ്യവിഷബാധയെക്കുറിച്ച് കുറെ സ്ഥിതിവിവരക്കണക്കുകൾ. തീർന്നു. എല്ലാവരും ചായകുടിച്ചു പിരിഞ്ഞു. അടിസ്ഥാനപ്രശ്നങ്ങളെക്കുറിച്ച് ആരും ഒരക്ഷരം പറഞ്ഞില്ല. താൻ പറഞ്ഞകാര്യങ്ങൾ ആരെങ്കിലും കേട്ടതായി തോന്നിയതുമില്ല.

തൂണമത്സ്യങ്ങളിൽ മെർക്കുറിവിഷം അടിഞ്ഞുകൂടുന്ന പ്രശ്നം രൂക്ഷമാണിവിടെ. (മെർക്കുറി വിഷബാധമൂലം ഉണ്ടാകുന്ന മീനമാതാ രോഗം നാടിനെ ഞെട്ടിച്ചിട്ട് അധികകാലമായിട്ടില്ല). പത്രങ്ങളും റേഡിയോയും തൂണപ്രശ്നം നിരന്തരം ചർച്ചചെയ്തുകൊണ്ടിരുന്നു. അതുകൊണ്ട് ഒരു സമ്മേളനത്തിൽ ഈ പ്രശ്നം ചർച്ചയ്ക്കു വന്നപ്പോൾ ഫുക്കുവോക്ക ഏറെ സന്തോഷിച്ചു. മെർക്കുറി വിഷബാധയെക്കുറിച്ച് ആധികാരികമായി പറയാൻ കഴിവുള്ള വിദഗ്ധർതന്നെ വിഷയം അവതരിപ്പിച്ചു. അന്റാർട്ടിക്കയിൽനിന്നു പിടിച്ച തൂണകളിൽപ്പോലും വിഷം കണ്ടെത്തിയതായി അയാൾ പറഞ്ഞു. പക്ഷേ, അതിൽ വേവലാതിപ്പെടാനൊന്നുമില്ലെന്ന് അയാൾ കൂട്ടിച്ചേർത്തു. ഇതിലൊന്നും ഒരു പുതുമയുമില്ല. നൂറുകണക്കിന് വർഷം മുമ്പുപിടിച്ച മത്സ്യങ്ങളുടെ ശരീരത്തിൽപ്പോലും ഈ വിഷമുണ്ടായിരുന്നു. ലബോറട്ടറിയിൽ സൂക്ഷിച്ച ഇത്തരം മാതൃകകൾ ഞാൻ തന്നെ പരിശോധിച്ചിട്ടുണ്ട്. തൂണമത്സ്യത്തിന്റെ നിലനിൽപ്പിനുതന്നെ ഇത്തിരി മെർക്കുറി ആവശ്യമല്ലേയെന്ന് താൻ ന്യായമായും സംശയിക്കുന്നതായി അയാൾ യോഗത്തെ അറിയിച്ചു.

ശ്രോതാക്കൾ വിശ്വാസംവരാതെ പരസ്പരം നോക്കുന്നുണ്ടായിരുന്നു. എന്നാൽ വിദഗ്ധർ പരസ്പരം അംഗീകരിച്ചുകൊണ്ട് തലയാട്ടുകയായിരുന്നു!

ഇതാണ് പ്രശ്നമെന്ന് ഫുക്കുവോക്ക നിരീക്ഷിക്കുന്നു - ഒരു പ്രശ്നത്തിന്റെയും അടിസ്ഥാനകാരണങ്ങളിലേക്ക് സത്യസന്ധമായി ഇറങ്ങിച്ചെല്ലാൻ ആരും തയാറല്ല. പ്രകൃതികൃഷിയെക്കുറിച്ച് പറഞ്ഞ് അതിലേക്കു വരാമെന്നു കരുതി ഫുക്കുവോക്ക സംസാരിക്കാൻ തുടങ്ങി. നമുക്ക് എന്തുകൊണ്ട് വിഷവസ്തുക്കൾ വർജിച്ചുകൊണ്ടുള്ള കൃഷി പ്രോത്സാഹിപ്പിച്ചുകൂടായെന്ന് അദ്ദേഹം ചോദിച്ചു. ഇപ്പോൾത്തന്നെ പലരും ആ വഴി സ്വീകരിച്ചിട്ടുണ്ടല്ലോ. അങ്ങനെയുണ്ടാക്കുന്ന ഉൽപ്പന്നങ്ങൾക്ക് കമ്പോളത്തിൽ നല്ല സ്വീകാര്യതയുമുണ്ട്.

ഒക്കെ ശരിതന്നെ. വിദഗ്ധർ സമ്മതിച്ചു. പക്ഷേ, രാസവളങ്ങളും രാസകീടനാശിനികളും ഉപയോഗിക്കില്ലെന്നു വന്നാൽ അവ ഉൽപ്പാദിപ്പിക്കുന്ന ഫാക്ടറികൾ പൂട്ടേണ്ടിവരില്ലേ? അവിടെ പണിയെടുക്കുന്ന തൊഴിലാളികളുടെ പ്രശനങ്ങൾ എങ്ങനെ പരിഹരിക്കും? സർക്കാർ നിയന്ത്രണത്തിലുള്ള കാർഷിക സഹകരണ പ്രസ്ഥാനങ്ങളുടെ നിലനിൽപ്പ് പരുങ്ങലിലാവില്ലേ?

തന്റെ എതിർപ്പ് അതിശക്തമായിത്തന്നെ ഫുക്കുവോക്ക അവിടെ

രേഖപ്പെടുത്തി. അധികാരത്തിന്റെ അടിത്തറ കൂടുതൽ കൂടുതൽ വിപുലപ്പെടുത്തിക്കൊണ്ടുവരാനാണ് സഹകരണസംഘങ്ങളും സർക്കാരുകളും രാസവളങ്ങളെയും രാസകീടനാശിനികളെയും ഒഴിവാക്കാൻ പറ്റാത്തവയായി കാണുന്നതെന്ന് അദ്ദേഹം തുറന്നടിച്ചു. വൻതുകകൾ തന്നെയാണ് ഇത്തരം കാര്യങ്ങളിൽ നിക്ഷേപിക്കുന്നത്. പ്രശ്നങ്ങൾ രൂക്ഷമാക്കാനേ ഇത് സഹായിക്കുകയുള്ളൂ. നിങ്ങൾ ഇതുപേക്ഷിക്കാൻ തയാറുണ്ടോ? എങ്കിൽ രാജ്യത്തിന്റെ സമ്പദ്വ്യവസ്ഥയിലും സാമൂഹ്യഘടനയിലും ആശാവഹമായ വൻമാറ്റങ്ങൾ തന്നെ സംഭവിക്കുന്നത് നിങ്ങൾക്കു കാണാം. അദ്ദേഹം പറഞ്ഞു.

മീറ്റിങ്ങിന്റെ സ്പിരിറ്റിനെതിരെയാണ് സംസാരിക്കുന്നതെന്ന് അധ്യക്ഷൻ കുറ്റപ്പെടുത്തി. വിഷയത്തിൽനിന്ന് വ്യതിചലിക്കാതെ സംസാരിക്കാൻ ഉപദേശിച്ചു. തർക്കിച്ചിട്ട് കാര്യമില്ലെന്നുകണ്ട് മീറ്റിങ്ങ് തീരുംമുമ്പുതന്നെ അദ്ദേഹം പുറത്തിറങ്ങി. മനുഷ്യന്റെ ബോധതലത്തിൽ തന്നെ മാറ്റമുണ്ടാകാതെ ഈ മാതിരി മലിനീകരണം അവസാനിപ്പിക്കാനാകില്ലെന്ന് അദ്ദേഹത്തിനു മനസിലായി. (തലച്ചോറിന്റെ മലിനീകരണത്തിനാണ് ആദ്യം പ്രതിവിധി കാണേണ്ടതെന്ന് സാരം). വിവിധ പ്രശ്നങ്ങൾ തമ്മിലുള്ള ബന്ധം കൃഷിക്കാർപോലും മനസിലാക്കുന്നില്ലെന്ന് ഇത്തരം നിരവധി അനുഭവങ്ങളിലൂടെ അദ്ദേഹം മനസിലാക്കി. കരയിൽ കൃഷിയിറക്കുന്ന കർഷകർ കടലിൽ മലിനീകരണമുണ്ടാക്കുന്നതിൽ വേവലാതിപ്പെടുന്നതെന്തിനാണെന്നതാണ് ചോദ്യം. അത് മത്സ്യത്തൊഴിലാളികളുടെ കാര്യമാണത്രെ! അവരാണ് അതിനുള്ള പരിഹാരത്തെക്കുറിച്ച് ചിന്തിക്കേണ്ടതെന്നാണ് കർഷകർ പറഞ്ഞത്.

ഇനി തിരിച്ച് പാടത്തുനിന്ന് സമുദ്രത്തിലേക്ക് നോക്കി ചിന്തിച്ചാലോ? കൃഷിനിലങ്ങളിൽ സംഭവിക്കുന്ന ദൂഷണം കടലിനെ ഏതുരീതിയിൽ വിഷമയമാക്കുമെന്ന് പരിശോധിക്കുക. വയലിൽ പ്രയോഗിക്കാറുള്ള പലതരം രാസവളങ്ങൾ-യൂറിയ, അമോണിയം സൾഫേറ്റ്, സൂപ്പർ ഫോസ്ഫേറ്റ് തുടങ്ങിയവ- അരുവികളും പുഴകളും വഴി സമുദ്രങ്ങളിലല്ലേ അന്തിമമായി അടിഞ്ഞുകൂടുക? അവിടെയത് ആൽഗകളുടെ അമിതമായ വളർച്ചയായി ദൃശ്യമായിക്കഴിഞ്ഞു. രാസവളങ്ങൾ മൂലമുണ്ടാകുന്ന കടുത്ത ദൂഷണത്തിന്റെ പ്രത്യക്ഷമായ വിളംബരമാണ് ഈ പ്രതിഭാസം. നൈട്രജൻ ആൽഗകളെ പ്രോത്സാഹിപ്പിക്കുന്ന ഘടകമാണ്. പ്ലവസസ്യങ്ങൾ കണ്ടമാനം പെരുകുന്ന പ്രതിഭാസമായ റെഡ്ടൈഡ് – (red tide) ചുവന്ന വേലിയേറ്റം – ഇപ്പോൾ സാധാരണമായിക്കഴിഞ്ഞിട്ടുണ്ടെന്ന് എല്ലാവരും സമ്മതിക്കും. എന്നാൽ രാസവസ്തുക്കളുടെ അമിതോപയോഗവുമായി അതിനെ ബന്ധപ്പെടുത്തിപ്പറഞ്ഞാൽ ആരുടെയും ചെവിയിൽ കേറില്ല. ഇത്തരം പരസ്പരബന്ധങ്ങളെ വിദഗ്ധർ കണ്ടില്ലെന്നു നടിക്കുന്നതിലാണ് ഫുക്കുവോക്കയെപ്പോലുള്ളവരുടെ പ്രതിഷേധം.

മറ്റൊരു സംഭവം. മിസുഷിമയിൽ എണ്ണശുദ്ധീകരണശാലയിൽനിന്ന് പെട്രോളിയം ഉൾക്കടലിൽ കലർന്ന് വൻദോഷമുണ്ടായി. മത്സ്യത്തൊഴി

ലാളികൾ മാത്രമേ പ്രതികരിച്ചുള്ളൂ. അതവരുടെ കാര്യം എന്ന നിലപാടായിരുന്നു മറ്റുള്ളവർക്ക്. വിദഗ്ധരാകട്ടെ, തീർത്തും അസംബന്ധമായ പരിഹാരമാർഗങ്ങൾ നിർദേശിച്ചു. നമുക്ക് ഒരു കൈവഴിയുണ്ടാക്കി ശാന്തസമുദ്രത്തിലെ വൃത്തിയുള്ള ജലം ഉൾക്കടലിലേക്ക് കൊണ്ടുവരാം എന്ന് അവരിലൊരാൾ പറഞ്ഞു. പ്രശ്നത്തെ കൂടുതൽ സങ്കീർണമാക്കുന്ന പരിഹാരമാർഗങ്ങളെ എപ്പോഴും നമ്മുടെ നാക്കിൻതുമ്പത്തു വരൂ എന്നതാണ് രസകരം. ശാന്തസമുദ്രത്തിൽനിന്ന് വെള്ളമെത്തിക്കാൻ ഉരുക്കുപൈപ്പുകൾ ധാരാളമായി ഉപയോഗിക്കേണ്ടിവരും. അതിനുവേണ്ടി ഒരു വലിയ നിർമാണശാലതന്നെ ആരംഭിക്കാം. അതിനാവശ്യമായ വൈദ്യുതിയുണ്ടാക്കാൻ ഒരാണവനിലയംകൂടി സ്ഥാപിച്ചുകളയാം. ആണവനിലയം പ്രവർത്തിക്കാൻ യുറേനിയം വേണം. അതിനുവേണ്ട സംവിധാനങ്ങൾ വേറെ തുടങ്ങാം. നോക്കൂ വിഗദ്ധർ മുന്നോട്ടുവെയ്ക്കുന്ന ഓരോ പരിഹാരമാർഗവും കൂടുതൽ രൂക്ഷമായ പ്രശ്നങ്ങൾ സൃഷ്ടിക്കുകയല്ലേ? ഈ രീതിയിലൊക്കെ ചെയ്താൽ തന്നെ അടിസ്ഥാനപ്രശ്നം പിന്നെയും ബാക്കി. ആദ്യംതന്നെ അതിനെ അഭിമുഖീകരിക്കാൻ തയാറായാൽ അനുബന്ധസമസ്യകളെല്ലാം ഒഴിവാക്കാൻ കഴിയുകയില്ലേ? ഒരു ഫുക്കുവോക്കയല്ലാതെ ആരാണ് ഇങ്ങനെയൊക്കെ ചിന്തിക്കുക; ആരൊക്കെയോ ചേർന്ന് നമ്മെ പഠിപ്പിച്ച വികസനരീതിയിൽനിന്നു മാറിചിന്തിക്കാൻ തയാറാവുക?

എന്താണ് തകരാറ് എന്ന രീതിയിലുള്ള ഇടുങ്ങിയ ചിന്തയിൽനിന്ന്, അതുമായി ബന്ധപ്പെട്ട പരിമിതമായ അറിവുകളിൽനിന്ന്, അതനുസരിച്ച് കൈക്കൊള്ളുന്ന തീരുമാനങ്ങളിൽനിന്ന് കുഴപ്പങ്ങൾ ഒന്നൊന്നായി ആരംഭിക്കുന്നു. പ്രശ്നങ്ങളെ അവയുടെ ഉത്ഭവസ്ഥാനത്തുവച്ചുതന്നെ നിർധാരണം ചെയ്യാൻ ശ്രമിക്കുന്നു എന്നതത്രെ അദ്ദേഹത്തിന്റെ രീതി. തന്റേതായ രീതിയിലുള്ള പ്രകൃതികൃഷി ഇതിലേക്കുള്ള ചൂണ്ടുപലകയാണ്.

പ്രകൃതിയുടെ പാത പിന്തുടർന്ന് താനുൽപ്പാദിപ്പിച്ച 5000 – 6000 റാത്തൽ പഴവർഗങ്ങളെങ്കിലും ഈ കാലയളവിനുള്ളിൽ ഫുക്കുവോക്ക വിപണിയിലെത്തിച്ചിട്ടുണ്ടാകും. ഇത്തരം ഉൽപ്പന്നങ്ങൾ മികച്ചതാണെന്ന് അനുഭവങ്ങൾ തെളിയിച്ചതോടെ ആവശ്യക്കാരുടെ എണ്ണം വർധിച്ചു. മടിച്ചുനിന്ന പലരും പ്രകൃതികൃഷിയിലേക്കു നീങ്ങി.

ഇവിടെ എല്ലാം ശുഭമാണെന്നൊന്നും ഫുക്കുവോക്ക അവകാശപ്പെട്ടിട്ടില്ല. പരാതികൾ പലതും ഉന്നയിക്കപ്പെട്ടു. പഴങ്ങൾക്ക് വലിപ്പം കുറവ്. നിറം അത്ര ആകർഷകമാകുന്നില്ല. പുറന്തൊലിയിൽ അഴുക്കുപറ്റിപ്പിടിച്ചിരിക്കുന്നു. ചുളുങ്ങിയ തോലാണ്. നിങ്ങൾ ഗുണംകുറഞ്ഞ രണ്ടാംതരം പഴങ്ങൾ മാറ്റിവെച്ച് ഞങ്ങൾക്കു വിൽക്കുകയല്ലേ എന്നുപോലും ചോദിച്ചവരുണ്ട്. നിങ്ങൾ വെറുതെ പറയുകയാണ്. അൽപ്പമെങ്കിലും വളം നിങ്ങൾ ഉപയോഗിച്ചിട്ടുണ്ടാവും. കീടനാശനത്തിന് ചെറിയ തോതിലെങ്കിലും രാസവസ്തുക്കൾ ഉപയോഗിച്ചിട്ടുണ്ടാവും എന്ന് മറ്റൊരു കൂട്ടർ.

സംശയമുള്ളവർ എന്നോടൊപ്പം വന്ന് കൃഷിരീതികൾ നേരിട്ടു കാണൂ എന്ന് അദ്ദേഹം അവരോട് പറഞ്ഞു.

പ്രകൃതിഭക്ഷണം താരതമ്യേന കുറഞ്ഞ ചെലവിൽ ഉൽപ്പാദിപ്പിക്കാമെന്ന് സ്വന്തം അനുഭവങ്ങളുടെ വെളിച്ചത്തിൽ ഈ കൃഷിക്കാരൻ സാക്ഷ്യപ്പെടുത്തുന്നു. കടകളിൽ ഏറ്റവും വിലക്കുറവ് അദ്ദേഹം ഉൽപ്പാദിപ്പിക്കുന്ന പഴങ്ങൾക്കും പച്ചക്കറികൾക്കുമാണ്. പ്രകൃതികൃഷിയിലൂടെ ഉണ്ടാക്കിയ ഉൽപ്പന്നങ്ങളുടെ ഗന്ധവും രുചിയും കൂടുതൽ ആകർഷമാണെന്ന് അവ ഉപയോഗിച്ചവരെല്ലാം സമ്മതിച്ചിട്ടുണ്ട്. എന്നാൽ രാസപ്രയോഗംവഴി കൃത്രിമമായി ഉണ്ടാക്കിയ മുഴുപ്പിനും ഭംഗിക്കും പിന്നാലെ പോകാനാണ് പലർക്കും കൗതുകം. സൗന്ദര്യം ചതിക്കുമെന്നു നിശ്ചയമുള്ളവർപോലും തങ്ങളറിയാതെ പ്രലോഭനത്തിനു കീഴ്പെടുന്നതാണ് എവിടെയും നാം കാണുന്നത്.

സീസൺ ആരംഭിക്കുംമുമ്പ് വിപണിയിലെത്തുന്ന ഉൽപ്പന്നങ്ങൾക്ക് കൂടുതൽ ഉയർന്നവില കിട്ടും. വിലനോക്കാതെ ഉപഭോക്താക്കൾ അവയ്ക്കായി തിരക്കുകൂട്ടും. ഇക്കാര്യമറിയാവുന്ന കച്ചവടക്കാർ മുഴുക്കാത്ത കായ്കൾ ശേഖരിച്ച് കൃത്രിമമായി പഴുപ്പിച്ച് കടകളിലെത്തിക്കും. മൂപ്പെത്താത്തവ പഴുക്കാൻ വാതകം നിറച്ച അറകളിൽ സൂക്ഷിച്ചാൽ മതിയാവും. എന്നാൽ ഇത്തരം പഴങ്ങൾക്ക് മധുരം തീരെ കുറവായിരിക്കും. കൃത്രിമ മധുരം ചേർക്കലാണ് അടുത്തഘട്ടം. നിരോധിച്ച രാസവസ്തുക്കളാണ് ഇതിന്റെ പേരിൽ കുത്തിവെക്കുക. മധുരം ചേർത്തശേഷം ഉപഭോക്താക്കളെ ആകർഷിക്കാൻ തൊലിയിൽ ചായംപുരട്ടി ഭംഗി വരുത്തുകയായി. മൂക്കാത്ത കനികൾ വേഗം കേടാകുമല്ലോ. അതുകൊണ്ട് ചീയാതിരിക്കാൻ 'പ്രിസർവേറ്റീവു'കളും ഉപയോഗിക്കേണ്ടതായുണ്ട്. പാരഫിൻ വാക്സ് പുരട്ടിയാൽ നല്ല തിളക്കംകിട്ടും. മാർക്കറ്റിൽ കൂട്ടിവച്ചിരിക്കുന്നതു കണ്ടാൽ വായിൽ വെള്ളമൂറും. സീസൺ തുടങ്ങുന്നതിന് മുമ്പ് തകൃതിയായ കച്ചവടം കിട്ടും. ലാഭം കുന്നുകൂട്ടാം. പക്ഷേ, ഇതിന് ഉപഭോക്താക്കൾ കൊടുക്കേണ്ട വിലയോ? മാരകങ്ങളായ എത്ര രാസവസ്തുക്കൾ അവരുടെ രക്തത്തിൽ ഇതിനകം ഇതിലൂടെ കടന്നുകൂടിയിരിക്കുമെന്ന് എണ്ണിത്തിട്ടപ്പെടുത്തി നോക്കൂ! രാസവളങ്ങൾക്കും കീടനാശിനികൾക്കും പുറമെയാണിതെല്ലാം എന്നുകൂടി ഓർക്കണം.

തികച്ചും സ്വാഭാവിക രീതിയിൽ ഇഷ്ടംപോലെ ഒന്നാന്തരം പഴങ്ങൾ ഉൽപ്പാദിപ്പിക്കാമെന്നിരിക്കെ എന്തിന് ഈ വയ്യാവേലിയെല്ലാം വിളിച്ചുവരുത്തുന്നു?

എല്ലാറ്റിനും കാരണം ഉപഭോക്താക്കളുടെ തിരക്കും ധൃതിയും കൊതിയുമല്ലാതെ മറ്റെന്താണ്? ഏതു സാധനവും എന്തുവിലകൊടുത്തും ആദ്യം കൈക്കലാക്കണം, ഉപഭോഗിക്കണമെന്നു വരുമ്പോൾ വഞ്ചന നടത്താൻ കൂടുതലെളുപ്പമാകും. ഉപഭോക്താക്കളുടെ കൊള്ളരുതായ്മയാണ് ഇതിനെല്ലാം കാരണം.

പുറംതൊലി അൽപ്പം ചുളുങ്ങി നിന്നാൽ ഉപഭോക്താവ് അപ്രീതി

യോടെ മുഖംതിരിക്കും. എന്നാൽ സത്യമെന്താണ്. പഴങ്ങളുടെ പുറന്തോൽ അൽപ്പമൊന്ന് ചുളുങ്ങുന്നതാണ് ജീവശാസ്ത്രപരമായി ആരോഗ്യകരം. പഴത്തിന്റെ എല്ലാഭാഗവും ഒരേരീതിയിൽ ശ്വസനം നടത്തുന്നുണ്ടെന്നുള്ളതിന്റെ ലക്ഷണമാണിത്. ധാന്യത്തിൽ മുഴുകിയിരിക്കുന്ന ഒരു മനുഷ്യന്റെ അവസ്ഥയോട് ഫുക്കുവോക്ക ഇതിനെ ഉപമിക്കുന്നു. ധ്യാനനിരതനായ ഒരാൾ പരമാവധി കുറഞ്ഞ ഊർജംമാത്രം ഉപയോഗപ്പെടുത്തുകയാണ്. അത്രയും കുറവ് ഊർജംകൊണ്ട് ശരീരപ്രവർത്തനങ്ങൾ ഭംഗിയായി നടത്തുന്നു. വാടിയതോ ചുളുങ്ങിയതോ ആയി തോന്നുന്ന പഴങ്ങളും പച്ചക്കറികളും ഇതേരീതിയിൽ ധ്യാനനിരതമാണെന്നാണ് ഫുക്കുവോക്ക നിരീക്ഷിക്കുന്നത്. പോഷകമൂല്യങ്ങളെ പരമാവധിക്കാലം സംരക്ഷിച്ചു നിലനിർത്താൻ കഴിയുക ഇത്തരം ഉൽപ്പന്നങ്ങൾക്കാണത്രെ.

ഏതുതരം ഭക്ഷണം?

പണ്ട് കൃഷി ഒരു ജീവിതരീതിയായിരുന്നു. ഇന്നത് എങ്ങനെയെങ്കിലും പണമുണ്ടാക്കാനുള്ള ഉപാധിയും. പൂക്കളും പച്ചക്കറികളും പഴങ്ങളുമെല്ലാം ലാഭം കൊയ്യാനുള്ള എളുപ്പമാർഗങ്ങൾ. മത്സ്യങ്ങളെപ്പോലും കൃഷിചെയ്യുന്ന കാലം. കന്നുകാലികളെ വ്യാപാരലാക്കോടെ തടിപ്പിക്കുന്നു. തീറ്റിക്കുന്നതപ്പാടെ മാംസമാക്കി മാറ്റിയെടുക്കാൻ ഒന്നിളകാൻപോലും അനുവദിക്കാതെ ഊർജനഷ്ടം പരമാവധി കുറച്ച് പ്രത്യേകമായ രീതിയിൽ വളർത്തിയെടുക്കുന്ന പുതിയൊരു സാങ്കേതിക സംവിധാനത്തെക്കുറിച്ച് ഇടക്കാലത്ത് വായിച്ചതോർക്കുന്നു.

ഗവേഷണം പ്രോത്സാഹിപ്പിക്കപ്പെടേണ്ടതു തന്നെ. പക്ഷേ, അത് ആരുടെ ഗുണത്തിനുവേണ്ടിയാകണമെന്ന ചോദ്യം അവശേഷിക്കുന്നു.

വിത്തുവിതയ്ക്കുന്നത് എളുപ്പമാക്കാൻ ഫുക്കുവോക്ക തന്റേതായ രീതിയിൽ ഗവേഷണം ചെയ്ത് ഒരു സംവിധാനമുണ്ടാക്കി. ആ ചെറു യന്ത്രം പക്ഷേ, ആർക്കും സ്വീകാര്യമായില്ല. ചെറുതാണ് എന്നതായിരുന്നു അതിന്റെ കുഴപ്പം. അത് ആവശ്യം നിർവഹിക്കുന്നുണ്ടോ എന്ന കാര്യമല്ല പ്രധാനമായിത്തീർന്നതെന്നോർക്കണം. ലാളിത്യത്തെ അതിന്റെ സവിശേഷതയായിക്കാണാൻ അധികമാരും തയാറായില്ല. ഉപയോഗിക്കാൻ പ്രയാസമുള്ള, ഒരുപാടു സങ്കീർണതകളുള്ള ഒരു വലിയ യന്ത്രമായിരുന്നെങ്കിൽ എല്ലാവർക്കും ഇഷ്ടപ്പെടുമായിരുന്നു. കർഷകർ ചെറു ട്രാക്ടറിനു പകരം വലുതിനുവേണ്ടി നിർബന്ധം പിടിക്കും. ഇവരുടെ കണ്ണിൽ ഫുക്കുവോക്കയുടെ വിതയന്ത്രം പിന്നാക്കം പോക്കാണ്. അതുകൊണ്ട് അതുപയോഗപ്പെടുത്താൻ ആരും മുന്നോട്ടുവന്നില്ല. അതിന്റെ നിർമാണാവകാശം (പേറ്റന്റ്) അലമാരിയിൽ പൊടിപിടിച്ചു കിടന്നു.

ഭക്ഷ്യവസ്തുക്കളുടെ സ്വാദിനെക്കുറിച്ചഭിപ്രായം പറയാൻ ഒരിക്കൽ

ചാനലുകാർ ആവശ്യപ്പെട്ടു. അട്ടിയിട്ടു വളർത്തുന്ന കോഴികളുടേതിനേക്കാൾ സ്വാദും പോഷകഗുണവും അലഞ്ഞുതിരിഞ്ഞു വളരുന്ന പക്ഷികളിടുന്ന കോഴിമുട്ടയ്ക്കാണെന്നദ്ദേഹം പറഞ്ഞു. കൂട്ടിൽ ശ്വാസംമുട്ടിക്കഴിയുന്ന ലഗോൺ കോഴികളുടെ മുട്ടകളിൽ ജലാംശം ആവശ്യത്തിൽ കൂടുതലാണെന്ന് അദ്ദേഹം പരീക്ഷിച്ചറിഞ്ഞിട്ടുണ്ട്. നാടൻ കോഴിമുട്ട മഞ്ഞയുടെ സ്വാദും കട്ടിയും നിറവും ഒന്നുവേറെ തന്നെയാണ്. പിന്നീട് പലരും തലകുലുക്കി സമ്മതിച്ച കാര്യമാണിത്.

അടുക്കളത്തോട്ടത്തിൽ വിളയുന്ന പച്ചക്കറികൾക്കും ഈ ദോഷമുണ്ട്. അർധവന്യാവസ്ഥയിൽ വളരുന്നവയാണ് ഇക്കാര്യത്തിൽ മുമ്പിൽ. കുന്നിൻചെരിവിലും മൈതാനികളിലും വരുന്നയിനങ്ങൾ രുചി മാത്രമല്ല, പോഷകഗുണവും കൂടും. രാസവളങ്ങൾ തിന്നുതടിക്കുന്നവയും ഭക്ഷിക്കാൻ കൊള്ളുമായിരിക്കും എന്നാൽ ഗുണം കുറയും. ഔഷധവീര്യം കമ്മി.

വന്യഭക്ഷ്യയിനങ്ങളെക്കുറിച്ച് പറയുമ്പോൾ കീടപ്രാണികളുടെ കാര്യം ആരും കണക്കിലെടുക്കാത്തതെന്താണെന്നതാണ് ഫുക്കുവോക്കയുടെ ചോദ്യം. കീടങ്ങളുടെ ഭക്ഷ്യസാധ്യതയെക്കുറിച്ച് ചിന്തിക്കാൻ പുതിയ പഠനങ്ങളൊന്നും ആവശ്യമില്ല. പല ജനവിഭാഗങ്ങളുടെയും ഭക്ഷ്യശീലങ്ങളെക്കുറിച്ച് അറിഞ്ഞാൽ മതിയാവും. അവികസിതരെന്ന് നാം മുദ്രകുത്താറുള്ള പല ജനവിഭാഗങ്ങളും അവരുടെ ആരോഗ്യഭദ്രതയും രോഗപ്രതിരോധശേഷിയും കെട്ടിപ്പൊക്കുന്നത് സ്വാദിഷ്ടമായ കീടഭക്ഷണത്തിനു മുകളിലാണ്. തെക്കു കിഴക്കനേഷ്യയിലെ പോഷകസമ്പന്നമായ പുഴുക്കളെയും കീടങ്ങളെയും കുറിച്ച് വിപുലമായ ഒരു പഠനംതന്നെ ഇദ്ദേഹം നടത്തിയിട്ടുണ്ട്. ഏതാണ്ട് എല്ലാ ഷഡ്പദങ്ങളും ഭക്ഷ്യയോഗ്യമാണെന്ന് ഈ അന്വേഷണത്തിൽ തെളിയുകയുണ്ടായി.

പേനുകളെ തിന്നുന്നതിനെക്കുറിച്ച് ആലോചിക്കാൻ കഴിയുമോ? കുരങ്ങന്മാരേ അങ്ങനെ ചെയ്യാറുള്ളൂ എന്നായിരിക്കും പലരുടെയും വിചാരം. എന്നാൽ പേൻ ശേഖരിച്ച് ഉണക്കിപ്പൊടിച്ച് ശീതകാല ധാന്യങ്ങളോടൊപ്പം ഭക്ഷിച്ചാൽ ചുഴലിദീനം ശമിക്കുമെന്ന് ഈ ദേശവാസികൾ വിശ്വസിക്കുന്നു. ഈച്ചകളെ തിന്നാൽ കടുത്തശൈത്യംമൂലം കൈകാലുകൾക്കുണ്ടാകുന്ന കെടുതി (frost bite) ക്ക് ആശ്വാസംകിട്ടുമത്രെ. എല്ലാ പുഴുക്കളും ഭക്ഷ്യയോഗ്യമാണ്. ചൊറിയൻപുഴുക്കൾപോലും! പക്ഷേ, പച്ചയ്ക്കു തിന്നണം. ഈച്ച ലാർവകൾ കൊണ്ടുണ്ടാക്കാവുന്ന പലതരം വിഭവങ്ങളെക്കുറിച്ച് ഒട്ടേറെ വിവരങ്ങൾ ശേഖരിച്ചു വച്ചിട്ടുണ്ടദ്ദേഹം. പട്ടുനൂൽ പുഴുക്കളുടെ രുചി അനുപമമാണെന്നത് അനുഭവസാക്ഷ്യം. നിശാശലഭങ്ങളുടെ ചിറകിലെ പൊടി തട്ടിക്കളഞ്ഞ് അങ്ങനെതന്നെ തിന്നണം. പ്രകൃതിയെ നോവിക്കാതെ ഏറ്റവും മികച്ച രീതിയിലും ഏറ്റവും എളുപ്പത്തിലും ശേഖരിക്കാവുന്ന ഏറ്റവും മേന്മയേറിയ ഭക്ഷ്യവിഭവം ഷഡ്പദകീടങ്ങളാകുന്നു.

ആളുകൾ അറപ്പോടെ നോക്കിക്കാണുന്ന സാധനങ്ങളാണ്

സ്വാദിലും പോഷകഗുണത്തിലും ആരോഗ്യരക്ഷയുടെ കാര്യത്തിലും ഏറ്റവും മുൻപന്തിയിലെന്നത് ഒരു വലിയ സത്യമത്രെ.

വളർത്തുപക്ഷികളുടെ ഇറച്ചിയേക്കാൾ എന്തുകൊണ്ടും മികച്ചത് കാട്ടുപക്ഷികളുടെ ഇറച്ചിതന്നെ. ആട്ടിൻപാലിന് പശുവിൻ പാലിനേക്കാൾ ഗുണം കൂടും. എന്നിട്ടും പശുവിൻപാലിനാണ് ആവശ്യക്കാർ കൂടുതൽ.

പ്രകൃതിയിൽനിന്നു മാറി കൃത്രിമ രാസവസ്തുക്കൾ സ്വീകരിച്ചു വളരുന്ന ഉൽപ്പന്നങ്ങൾ ശരീരത്തിന്റെ രസതന്ത്രത്തെ തന്നെ മാറ്റിമറിക്കാനിടയുണ്ട്. ശരീരപ്രവർത്തനങ്ങളുടെ സന്തുലിതാവസ്ഥയെ അത്രയും അവ അവതാളത്തിലാക്കും.

പച്ചക്കറികളിൽ അവയുടെ വന്യപൂർവികരോട് ഏറ്റവും അടുത്തുനിൽക്കുന്നവ ഏതോ അത് ഗുണമേന്മയുടെ കാര്യത്തിൽ മുൻപന്തിയിലായിരിക്കും. ഉദാഹരണമായി നിരയുള്ളി, വെള്ളുള്ളി, ചൈനീസ് ലീക്ക്, പച്ചയുള്ളി, നീരുള്ളി എന്നിവയെടുത്താൽ അടുക്കളയിലെ ദൈനംദിനക്കാരനായ വെള്ളുള്ളിയും നീരുള്ളിയുമാണ് ഏറ്റവും നല്ല ആരോഗ്യദായനികൾ എന്നാണ് എല്ലാവരുടെയും വിചാരം. എന്നാൽ നിരയുടെയോ ചൈനീസ് ലീക്കിന്റെയോ ഗുണം ഇവയ്ക്കൊന്നുമില്ല. നമ്മളോട് കൂടുതൽ ഇണങ്ങിയതിനെ നാം കൂടുതൽ ഇഷ്ടപ്പെടുന്നു എന്നേയുള്ളൂ. വന്യതയിൽനിന്ന് അകന്നുപോയ ഇനങ്ങളെ ഏതോ അജ്ഞാതകാരണങ്ങളാൽ മനുഷ്യൻ കൂടുതലിഷ്ടപ്പെടുന്നു എന്നുവേണം കരുതാൻ.

മത്സ്യങ്ങൾക്കും ജലജീവികൾക്കുമുണ്ട് ഈ രീതിയിലുള്ള പ്രത്യേകതകൾ. (ജപ്പാൻകാർക്ക് ഏറ്റവും പ്രിയപ്പെട്ട) തൂണയും മഞ്ഞവാലനും പുറംകടലിൽനിന്നുതന്നെ ശേഖരിക്കണം. എന്നാൽ മത്തി, ഐല തുടങ്ങിയ ചെറുമീനുകൾ ഉൾക്കടലിൽ വളരുന്നവയാണ് നല്ലത്. ശുദ്ധജലതടാകങ്ങളിൽ വളരുന്ന ഞണ്ടുകളും മത്സ്യങ്ങളും ഒച്ചുകളും മറ്റും കടലിലും ഉപ്പുവെള്ളത്തിലും ജീവിക്കുന്നവയെ അപേക്ഷിച്ച് മേന്മകൂടിയവയാണ്. ഏറ്റവും ചീത്ത; ആഴക്കടലിലും പുറംകടലിലും താമസിക്കുന്നവയത്രെ. കടലിന്റെ ആഴം തീരെ കുറഞ്ഞ ഭാഗങ്ങളിൽനിന്നു കിട്ടുന്നവയ്ക്ക് ഗുണംകൂടും. ഏറ്റവും അരികത്തുള്ളത് ഏറ്റവു നല്ലത്. തേടിപ്പിടിക്കാൻ ഏറ്റവും കൂടുതൽ അധ്വാനിക്കേണ്ടി വരുന്നവ ഏറ്റവും ഗുണം കുറഞ്ഞതും. എന്നാൽ കൈയിൽകിട്ടിയ പക്ഷിയെ ഉപേക്ഷിച്ച് പാറുന്നതിനു പിന്നാലെ പോകാനാണ് നമുക്ക് താൽപ്പര്യം. മുറ്റത്തെ മുല്ലയുടെ മണം തിരിച്ചറിയാനുള്ള ഘ്രാണേന്ദ്രിയമാണ് നമ്മിൽ പലർക്കും വേണ്ടത്. സ്വന്തം പരിസരത്ത് ഓരോ കാലത്തും വിളയുന്ന ധാന്യങ്ങളും പച്ചക്കറികളും നിത്യഭക്ഷണത്തിന്റെ ഭാഗമാക്കിയാൽ ആരോഗ്യസംബന്ധമായ പല പ്രശ്നങ്ങൾക്കും ഉത്തരമാകും.

ഇറച്ചിയും ഇറക്കുമതി ഭക്ഷണവും ആർഭാടമാകുന്നത് അതുണ്ടാക്കാൻ കൂടുതൽ ഊർജവ്യയവും വിഭവസ്രോതസുകളും ആവശ്യമായതുകൊണ്ടാണ്. പ്രാദേശികോൽപ്പന്നങ്ങളാകുമ്പോൾ ഈ പാഴ്ചെലവില്ല. ലളിതമായ നാടൻഭക്ഷണമാകുമ്പോൾ അധ്വാനംകുറയും. ഉപയോ

ഗപ്പെടുത്തേണ്ട ഭൂമിയുടെ അളവു ചുരുങ്ങിക്കിട്ടും. കൂടുതലാളുകളുടെ ആരോഗ്യകരമായ സഹജീവനത്തിന് ഇതെല്ലാം സഹായകമാകും.

മറ്റൊരു കണക്കുനോക്കൂ. 22 ബുഷൽ (1300 റാത്തൽ) ശീതകാല വിള ഉണ്ടാക്കാൻ കാലേക്കർ നിലംവേണം. ഇത്തരമൊരു വയലിൽനിന്നു കിട്ടുന്ന നെല്ലുകൊണ്ട് 5 – 10 ആൾക്ക് ഒരുകൊല്ലം ജീവിക്കാം. ദിവസം ഒരു മണിക്കൂറിൽ കുറഞ്ഞതോതിലുള്ള അധ്വാനമേ ഇവരിവിടെ പ്രയോഗിക്കേണ്ടതുള്ളൂ. എന്നാൽ ഇതേനിലം പുൽമേടാക്കി കന്നുകാലികളെ പോറ്റുന്നു എന്നു കരുതൂ. കാലേക്കർ നിലമുപയോഗിച്ച് ഒന്നിലേറെയാളുകൾക്ക് കഴിഞ്ഞു കൂടാനാവില്ല. മനുഷ്യന് നേരിട്ടു ഭക്ഷണം നൽകുന്ന വയലുകളെ മാംസോൽപ്പാദനത്തിനുപയോഗിക്കുമ്പോൾ അത് ചെലവു കൂടിയ ആർഭാടമായി മാറുന്നു. മാംസഭക്ഷണത്തിന് വേണ്ടിയുള്ള ആർത്തിക്ക് നാം നൽകേണ്ട വിലയാണിത്.

ഫുക്കുവോക്ക ഇതെഴുതുമ്പോൾ ജപ്പാനിൽ അരിഭക്ഷണം കുറഞ്ഞ് റൊട്ടിഭക്ഷണത്തോടുള്ള ഭ്രമംകൂടി വരികയായിരുന്നു. ഇറക്കുമതി ഗോതമ്പുകൊണ്ടുണ്ടാക്കുന്ന റൊട്ടിയും പലഹാരങ്ങളും പഥ്യമാക്കി വലിയ പുരോഗതിയായി ഇത് വിലയിരുത്തപ്പെട്ടു. തവിടുകളയാത്ത അരിയും അതിനോടു ചേർന്നുനിൽക്കുന്ന പച്ചക്കറികളും ഉപേക്ഷിച്ചാണ് ഈ മാറ്റമെന്നോർക്കണം. പരുക്കൻ ഭക്ഷണമാണ് ഏറ്റവും മികച്ച ഭക്ഷണമെന്ന് ഇവർ മറന്നു.

ലോകത്ത് ഒരു ഭക്ഷ്യപ്രതിസന്ധിയുണ്ടായാൽ അതിനുള്ള കാരണം പ്രകൃതിയുടെ ഉൽപ്പാദനശേഷിയുടെ കുറവാകില്ല, ദുരാഗ്രഹിയായ മനുഷ്യന്റെ ആഡംബരങ്ങളായിരിക്കും, സംശയമില്ല.

കുറച്ച് കുറച്ച്, പതുക്കെപ്പതുക്കെ

രണ്ടാം ലോകയുദ്ധം തുടങ്ങിയതോടെ ജപ്പാനും അമേരിക്കയും ബദ്ധശത്രുക്കളായതും അമേരിക്കയിൽ നിന്ന് ഗോതമ്പുവരാതായതും ഗോതമ്പുൽപ്പാദനത്തിന് സ്വന്തമായി തീവ്രയത്നപരിപാടി ആരംഭിക്കാൻ പ്രേരകമായി. ഗോതമ്പുകൃഷി നാട്ടുകാരെ സംബന്ധിച്ചിടത്തോളം തീർത്തും അന്യമായിരുന്നു. കാലാകാലമായി വരകും, ബാർളിയുമാണ് അവർ വളർത്തുന്നത്. ഇപ്പോൾ അതെല്ലാം ഉപേക്ഷിച്ച് ഗോതമ്പുകൃഷിയിലേക്കു തിരിയാൻ കൃഷിക്കാർ നിർബന്ധിതരായി. അമേരിക്കൻ ഗോതമ്പുവിളയാൻ കൂടുതൽ സമയം വേണം. അവസാനം കൊയ്ത്തുകാലമാകുമ്പോഴേക്കും കാലവർഷം തുടങ്ങും. രോഗബാധയും ഈയിനങ്ങൾക്കു കൂടുതലാണ്. എങ്ങനെയെങ്കിലും കുറെ ഗോതമ്പുണ്ടാക്കിയാൽത്തന്നെ കൊയ്ത്തിനുമുമ്പുള്ള മഴയിൽ അതെല്ലാം നശിക്കും.

കൃഷിവിദഗ്ധർ ഇതൊന്നും വലിയ പ്രശ്നമായിക്കണ്ടില്ല. ഗോതമ്പിനുവേണ്ടിയുള്ള ആഹ്വാനം തുടർന്നുകൊണ്ടിരുന്നു. ബാർലിക്കും വരകിനും ഇത്തരം പ്രശ്നങ്ങളൊന്നുമില്ല. ശീതകാലവിളകളായതിനാൽ മഴയ്ക്കുമുമ്പ് വിളവെടുപ്പു കഴിയും. പക്ഷേ, കർഷകരെ അതിന് അനുവദിക്കണ്ടേ? ഇഷ്ടമില്ലെങ്കിലും കഷ്ടവും നഷ്ടവും സഹിച്ച് ആളുകൾ ഗോതമ്പുകൃഷി തുടർന്നു. ഭക്ഷ്യപ്രതിസന്ധി രൂക്ഷമായി.

ഫുക്കുവോക്കയ്ക്ക് അന്ന് തീരെ ചെറുപ്പമായിരുന്നു. പഠിച്ച് കഴിഞ്ഞ് ഉദ്യോഗത്തിൽ ചേർന്നിട്ടേ ഉണ്ടായിരുന്നുള്ളൂ. കൃഷിയുടെ കാര്യത്തിൽ ശരിയായ വഴിക്കല്ല രാജ്യം നീങ്ങുന്നതെന്ന് അന്നേ തോന്നി. എന്നാൽ കൃഷിയുദ്യോഗസ്ഥരെ അങ്ങനെയൊരു പ്രശ്നം അലോസരപ്പെടുത്തുന്നതായി തോന്നിയില്ല.

യുദ്ധം കഴിഞ്ഞ് ഇറക്കുമതി ഗോതമ്പുവരാൻ തുടങ്ങിയതോടെ

വരകും ബാർലിയും സർക്കാരിന് വേണ്ടാതായി. എന്നാൽ ഫുക്കുവോക്കയാകട്ടെ, തന്റെ പാടങ്ങളിൽ അവ തുടർന്നും വിളയിച്ചുകൊണ്ടിരുന്നു. അധികാരികളും കൃഷിവിദഗ്ധരും ഇതിനെ ചോദ്യംചെയ്തു. ചുരുങ്ങിയ വിലയ്ക്ക് ഗോതമ്പ് കിട്ടാനുള്ളപ്പോൾ എന്തിനീ സാഹസമെന്ന് അവർ പരിഹസിച്ചു. അതിന്റെ പിന്നിലെ പ്രായോഗികശാസ്ത്രം അവർക്ക് തീരെ മനസിലായില്ല.

''ബാർലിയും വരകും വളരെയെളുപ്പം വിളയിക്കാം. ഈ രണ്ടും അരിയും കൂടിയാകുമ്പോൾ നമ്മുടെ ഊർജലഭ്യത എളുപ്പത്തിൽ നിർവഹിക്കപ്പെടും. കിട്ടുന്ന വേദികളിലെല്ലാം ഫുക്കുവോക്ക ഈ ആശയം അവതരിപ്പിച്ചു. യുദ്ധകാലത്തെ ഭക്ഷ്യപ്രതിസന്ധി ഓർമിപ്പിച്ച് ബാർലി കൃഷി പ്രോത്സാഹിപ്പിക്കേണ്ടതിന്റെ ആവശ്യകത വിസ്തരിച്ചു. പക്ഷേ, ഒരു പ്രയോജനവുമുണ്ടായില്ല. ഇറക്കുമതി ഗോതമ്പിന്റെ സമൃദ്ധിയിൽ അധികാരികൾ ബാർലിക്ക് സദയം ഒരു 'ദയാവധം' വിധിച്ചു.

ജീവിതനിലവാരം വർധിച്ചതോടെ ആഹാരത്തിൽ പിന്നെയും മാറ്റമുണ്ടായി. ഇറച്ചി സാധാരണഭക്ഷണമായി. പാലും മുട്ടയും സമൃദ്ധമായി. അരിയോടു പ്രിയംകുറഞ്ഞു. ഗോതമ്പ് ബ്രഡ് കഴിക്കുന്നത് ഫാഷനായി. അമേരിക്കയിൽനിന്നു ഗോതമ്പും സോയാബിനും ഇറക്കുമതി ചെയ്യപ്പെട്ടുകൊണ്ടിരുന്നു. ഇതൊക്കയായിട്ടും ഭക്ഷ്യപ്രതിസന്ധിയുടെ ഭീഷണി വിട്ടുമാറിയിട്ടില്ലെന്നു ഫുക്കുവോക്ക നിരീക്ഷിക്കുന്നു. ഇതിന്റെ ഫലമായിട്ടാകണം ബാർലിക്കും വരകിനും വീണ്ടും നല്ലകാലം വന്നു. സർക്കാർ വക സൗജന്യങ്ങൾ ഇഷ്ടംപോലെ വന്നു. എത്രകാലമെന്നു പറയാൻവയ്യ. പ്രതിസന്ധികളുണ്ടാകുമ്പോൾ മാത്രം ഇവയുടെ കൃഷിക്ക് പ്രോത്സാഹനം നൽകിയാൽ മതിയോ? വ്യക്തമായ ഒരു കാർഷിക നയത്തിന്റെ അഭാവത്തിലേക്കല്ലേ ഇതെല്ലാം വിരൽചൂണ്ടുന്നത്? കാലാകാലമായി പാടങ്ങളിൽ വിളയുന്നതും ജനങ്ങളുടെ പരമ്പരാഗതമായ ഭക്ഷണസമ്പ്രദായവും തമ്മിലുള്ള ബന്ധം കണക്കിലെടുക്കുന്നില്ലെന്നതാണ് പ്രതിസന്ധികൾ തുടരെ തുടരെ ഉണ്ടാകാൻ കാരണം. ഏതു രാജ്യത്തിനും ഇതു ബാധകമാണ്.

ഭക്ഷ്യവകുപ്പിലെ മേലാളന്മാർ എന്തുചെയ്യണമെന്നും ഫുക്കുവോക്ക നിർദേശിക്കുന്നു. മലമുകളിലും പുൽമേടുകളിലും ചെന്ന് വസന്തത്തിലെ ഏഴ് ഔഷധികളും ശിശിരത്തിലെ ഏഴ് ഔഷധികളും Seven herbs of spring : 1. Water Cress (വെള്ളത്തിൽ വളരുന്ന ഒരിനം ചീര) 2. Shepherd's Purse (ഹൃദയാകൃതിയിൽ വിത്തുള്ള ഒരു വാർഷികച്ചെടി) 3. Wild turnip (കാട്ടും മധുരമുള്ളങ്കി) 4. Cotton weed (ഒരുതരം പുൽച്ചെടി) 5. Wild radish 6. beenettle (ഒരുജാതി കാട്ടുചൊറിയണം) 7. Chickweed, Seven herbs of autumn-1, Chinese bell flower 2. arrow root 3. Bush clover 4. Thorough wort.... 5. Pampas grass 6. Wild fringed pink 7. valariana – പറിച്ചു ഭക്ഷിച്ചുനോക്കട്ടെ. മനുഷ്യനാവശ്യമായ പോഷകങ്ങളുടെയെല്ലാം ഉറവിടം എവിടെയാണെന്ന് അവർക്ക് മന

സിലാവും. നമുക്കു വേണ്ടതെല്ലാം ഇവിടെത്തന്നെ വളരുന്നുണ്ടെന്ന് ബോധ്യപ്പെടും.

ചെറുകിടകൃഷി, സ്വയം പര്യാപ്തമായ കൃഷി അശാസ്ത്രീയമാണെന്ന ധാരണ കാർഷികവിദഗ്ധർക്കിടയിൽ ശക്തിപ്പെട്ട ഒരു സാഹചര്യത്തിലാണ് അവർക്കെതിരെ ആഞ്ഞടിക്കാൻ ഫുക്കുവോക്ക നിർബന്ധിതനാകുന്നത്. കുറച്ചുപേർ കൃഷി ചെയ്താൽ മതിയെന്ന് സാമ്പത്തിക വിദഗ്ധർ തീരമാനിച്ചു. കുറച്ചുനിലത്ത് കുറച്ചുപേർ കൂടുതൽ ഉൽപ്പാദിപ്പിക്കുക, ബാക്കിയുള്ളവർ മറ്റു മേഖലകളിൽ ചെന്ന് സമ്പത്തുണ്ടാക്കട്ടെ. അതിനു വേണ്ടതെന്തും ചെയ്തുകൊടുക്കലാണ് ഇവരുടെ ജോലി. ഒരുകാലത്ത് നാട്ടിൻപുറങ്ങളിൽ 70 – 80 ശതമാനംപേരും കൃഷിക്കാരായിരുന്നു. ഇത് 50 ശതമാനം, 40 ശതമാനം, 30 ശതമാനം, 20 ശതമാനം എന്നിങ്ങനെ കുറഞ്ഞ് കുറഞ്ഞ് വെറും പതിനാലുശതമാനത്തിൽ എത്തിനിൽക്കുകയാണ് ഫുക്കുവോക്ക ഈ പുസ്തകമെഴുതുമ്പോൾ.

നൂറുശതമാനംപേരും കൃഷിക്കാരായിത്തീരുകയെന്നതാണ് മാതൃകാപരമെന്നുപോലും വാദിക്കാൻ ഫുക്കുവോക്ക തയാറാകുന്നു. അവനവന് ഉണ്ണാൻ വേണ്ടത് അവനവൻതന്നെ ഉണ്ടാക്കട്ടെ. നിങ്ങൾക്കുവേണ്ടി ഉൽപ്പാദനം നടത്താൻ എപ്പോഴും അപരൻ ഉണ്ടായെന്നു വരില്ല. കാലേക്കർ ഭൂമിവീതം ഓരോരുത്തർക്കും വീതിച്ചുകൊടുക്കാൻ പ്രയാസമൊന്നുമില്ല. അങ്ങനെ വരുമ്പോൾ അഞ്ചുപേരടങ്ങുന്ന ഒരു കുടുബത്തിന് ഒന്നേകാലേക്കർ ഭൂമികിട്ടും. ജപ്പാന്റെ കാര്യമാണ് പറയുന്നത്. എല്ലാവർക്കുംവേണ്ടത് ഇവിടെ വിളയും. പ്രകൃതികൃഷിരീതി അവലംബിക്കുന്നപക്ഷം ധാരാളം വിശ്രമസമയവും കിട്ടും. സാമൂഹ്യപ്രവർത്തനങ്ങൾക്കും വിനോദങ്ങൾക്കും ഇഷ്ടംപോലെ സമയം കണ്ടെത്താം. വാസ്തവത്തിൽ ഇതുതന്നെയല്ലേ സ്വർഗം?

ആഗ്രഹങ്ങളുടെ ധാരാളിത്തമാണ് എല്ലാ കുഴപ്പങ്ങൾക്കും കാരണമെന്നാണ് ഈ സന്യാസിവര്യന്റെ പക്ഷം. പതുക്കെ, പതുക്കെ എന്ന് ആരും പറയാറില്ല. വേഗത്തിൽ, വേഗത്തിൽ എന്ന് എല്ലായിടത്തുനിന്നും കേൾക്കാം. 'കുറച്ച് ആർക്കുംവേണ്ട. കൂടുതൽ കൂടുതൽ എന്ന് എല്ലാവരും തിരക്കുകൂട്ടുന്നു. മനുഷ്യനെ പ്രകൃതിയിൽനിന്ന് അകറ്റിനിർത്തുന്ന മന്ത്രങ്ങളാണ് ഇവയെല്ലാം.

തിരക്കൊഴിഞ്ഞ നേരം ആർക്കെങ്കിലും ഉണ്ടോ? ഒരു 'ഹൈക്കു' എഴുതാൻ, സ്വസ്ഥമായിരുന്ന് അതുചൊല്ലി രസിക്കാൻ ആർക്കും സമയമില്ല. സ്വസ്ഥമായിരുന്നു വിശ്രമിക്കാൻ എത്രപേർക്കു കഴിയുന്നു? ടെലിവിഷനാണ് ഏകവിനോദ മാധ്യമം. ഉള്ള സ്വസ്ഥതയും അത് ഇല്ലാതാക്കുന്നു.

പണമുണ്ടാക്കാൻ കൃഷിചെയ്യാൻ തുടങ്ങിയതോടെയാണ് കർഷകൻ കൃഷിയുടെ യഥാർഥതത്വം മറന്നുപോയതെന്ന് ഫുക്കുവോക്ക വിശ്വസിക്കുന്നു. കൃഷിക്ക് അതിന്റെ ആത്മീയത നഷ്ടമായിരിക്കുന്നു. ഭൗതികനേട്ടങ്ങളെക്കുറിച്ചേ കൃഷിക്കാർക്ക് ചിന്തയുള്ളൂ. പ്രകൃതിയിലിറങ്ങി

പ്പണിയെടുക്കുന്നവർക്കു തന്നെ പ്രകൃതിയെന്താണെന്നറിഞ്ഞുകൂട.

'മഴവന്നാലും ഇല്ലെങ്കിലും ഞാൻ കൃഷിപ്പണി തുടരു'മെന്നത് ഒരു പഴയപാട്ടിന്റെ ഈരടിയാണ്. കാർഷികവൃത്തി ജീവിതദർശനമായി സ്വയം വരിച്ചവരുടെ പാട്ടാണിത്. വിളവ് എങ്ങനെയായാലും, ആവശ്യത്തിന് ഭക്ഷണം കിട്ടിയാലും ഇല്ലെങ്കിലും ഞങ്ങൾ വിതയ്ക്കും, ഞാറുനടും, കൊയ്യും. പ്രകൃതിയുടെ പരിരക്ഷണത്തിൽ ആനന്ദമനുഭവിക്കും.

'അധ്വാനം' എന്ന പദത്തോടുതന്നെ ഫുക്കുവോക്കയ്ക്ക് വെറുപ്പാണ്. ഭൂമിയിൽ അധ്വാനിക്കുന്ന ഏകമൃഗം മനുഷ്യനാകുന്നു. ബാക്കിജീവികളെല്ലാം ഉപജീവനമാർഗം കണ്ടെത്തുക മാത്രമാണ് ചെയ്യുന്നത്. അവിടെ അധ്വാനത്തിന് പ്രസക്തിയില്ല. കാലത്തും വൈകിട്ടും അവ ഇര തേടും. മധ്യാഹ്നത്തിൽ ദീർഘമായി വിശ്രമിക്കും. എത്ര രസകരമായ ജീവിതം! പ്രകൃതിയുടെ രീതിയിൽ ഉൽപ്പാദനം നടത്തിയാൽ മനുഷ്യനും ഇതുപോലെ ജീവിക്കാം. അങ്ങനെ വരുമ്പോൾ അധ്വാനമെന്നത് അധ്വാനമേ അല്ലാതാകും. അതൊരു സ്വാഭാവിക വൃത്തിയാകും. ജീവികൾ അവശ്യമായും ചെയ്തിരിക്കേണ്ട ഒരു ക്രിയ. ഈ രീതിയിൽ ജീവിതത്തെ മാറ്റിയെടുക്കുകയെന്നതാണ് ഫുക്കുവോക്കയുടെ ജീവിതദൗത്യം.

ഭക്ഷണത്തിന്റെ സംസ്ക്കാരം

പ്രകൃതിഭക്ഷണമെന്ന് എല്ലാവരും പറയുന്നു. തനിക്കതിന്റെയർഥം ഇനിയും പൂർണമായി മനസിലായിട്ടില്ലെന്ന് ഫുക്കുവോക്ക.

കൃത്രിമമായ യാതൊന്നും കലർന്നിട്ടില്ലാത്തതാണ് ചിലരുടെ ദൃഷ്ടിയിൽ പ്രകൃതിഭക്ഷണം. പ്രകൃതിയിൽനിന്നു കിട്ടുന്നതിനെ പാകപ്പെടുത്തുകയോ കൂടുതൽ രുചിപ്പെടുത്തുകയോ ചെയ്യാതെ അതേപടി ഭക്ഷിക്കുന്നതാണ് മറ്റുചിലരുടെ നോട്ടത്തിൽ പ്രകൃതിഭക്ഷണം.

പാകംചെയ്യുന്നതും ഉപ്പുചേർത്തു രുചി മെച്ചപ്പെടുത്തുന്നതും പ്രകൃതിവിരുദ്ധമാണോ?

ആണെന്നും അല്ലെന്നും പറയാമെന്ന് ഫുക്കുവോക്ക. തീ കണ്ടുപിടിക്കുന്നതിനു മുമ്പ് മനുഷ്യൻ എല്ലാം പച്ചയ്ക്ക് തിന്നുകയായിരുന്നല്ലോ. ആ രീതിയിൽ നോക്കുമ്പോൾ പാചകം പ്രകൃതിവിരുദ്ധമാണ്. അതേസമയം ഉപ്പുചേർക്കലും പാചകം ചെയ്യലുമൊക്കെ ആഹാരസ്വീകരണത്തിൽ സ്വാഭാവികരീതിയിൽ വന്ന മാറ്റങ്ങളാണെന്നു വരുമ്പോൾ അതെല്ലാം പ്രകൃതിയുടെ മാർഗം തന്നെയാകും.

എന്താണ് നല്ലത്, പ്രകൃതിയിലുണ്ടാകുന്നത് അതേവിധം തന്നെ ഭക്ഷിക്കുന്നതോ മനുഷ്യൻ വളർത്തിയെടുത്ത രീതിയിൽ ആഹരിക്കുന്നതോ? ഇതാണ് അടുത്ത ചോദ്യം. കൃഷിചെയ്തുണ്ടാക്കുന്നവ പ്രകൃതിവിരുദ്ധമാകുമോ? തനിയെ വിളയുന്നതു മാത്രമേ പ്രകൃതിയുടെ ഭാഗമാകൂ എന്നുണ്ടോ? ഇങ്ങനെ എത്ര സംശയങ്ങൾ വേണമെങ്കിലും ഉന്നയിക്കാം. ചിലർ ചോദിക്കുന്നു, പ്രകൃതിദത്തം, കൃത്രിമം, പ്രകൃതിവിരുദ്ധം എന്നൊക്കെയുള്ള രീതിയിൽ ഭക്ഷണത്തെ വേർതിരിക്കുന്നത് അസംബന്ധമല്ലേയെന്ന്.

ഇത്തരം നിരവധി സംശയങ്ങൾ ദിവസവും ഫുക്കുവോക്കയുടെ മുമ്പിൽ എത്താറുണ്ട്. ആരാധകർ ആത്മാർഥതയോടെ ചോദിക്കും. സന്ദേ

ഹികൾ അവരുടേതായ രീതിയിലും. കുഴിയിൽ ചാടിക്കാനുദ്ദേശിച്ച് സംശയങ്ങൾ ഉന്നയിക്കുന്നവരുമുണ്ട്. ഫുക്കുവോക്ക എല്ലാം ഒരുപോലെ കാണുന്നു.

'പ്രകൃതിയോട് ഇണങ്ങുന്ന ഭക്ഷണം' എന്ന ആശയം ജപ്പാൻകാർക്കിടയിൽ വേരൂന്നുന്നത് മീയ്ജിയുഗത്തിൽ സജെൻ ഇഷിസുകെയുടെ ഉദ്ബോധനങ്ങളെ തുടർന്നാണ്. ഈ കാഴ്ചപ്പാടനുസരിച്ച് വെളുപ്പിക്കാത്ത അരിയും പച്ചക്കറികളും ചേർന്നതാണ് പ്രകൃതി ഭക്ഷണം. എന്നാൽ ചോറും പച്ചക്കറികളും ചേർന്നാൽ പ്രകൃതിഭക്ഷണമായി എന്നുപറയുന്നത് ഒരുതരം ലളിതവൽക്കരണമാണെന്നതാണ് ഫുക്കുവോക്കയുടെ കാഴ്ചപ്പാട്. മനുഷ്യന്റെ അറിവ് എപ്പോഴും രണ്ടുവ്യത്യസ്ത പാതകളിലൂടെ സഞ്ചരിക്കുന്നു എന്നു വരുന്നതാണ് ഇത്തരം ആശയക്കുഴപ്പങ്ങളുടെയെല്ലാം മൂലകാരണം. വിവേചനത്തിന്റെ പാതയും വിവേചനരാഹിത്യത്തിന്റെ പാതയുമാണ് ഈ വഴികൾ. ലോകത്തെ തെറ്റുകൂടാതെ മനസിലാക്കാനുള്ള ഏകമാർഗം ഈ ആദ്യം പറഞ്ഞതാണെന്ന് ചിലർ വിചാരിക്കുന്നു. നാം വിവേചനബുദ്ധിയോടെ കണ്ടുമനസിലാക്കുന്നത് എന്താണോ അതാണ് അവരുടെ നോട്ടത്തിൽ പ്രകൃതി. ലോകത്തെ തെറ്റുപറ്റാതെ തിരിച്ചറിയാൻ ഈ വഴിയേയുള്ളൂ എന്ന് ഇവർ കരുതും. അതുകൊണ്ട് 'പ്രകൃതി' എന്നാൽ സാധാരണ പറയുന്ന അർഥത്തിൽ വിവേചനബുദ്ധിയോടെ മനസിലാക്കുന്നതെന്തോ അത് മാത്രമാണ്.

എന്നാൽ ഫുക്കുവോക്ക ഈ അഭിപ്രായത്തോടു യോജിക്കുന്നില്ല. മനുഷ്യബുദ്ധിയുടെ സൃഷ്ടിയായ പ്രകൃതിയുടെ ബിംബത്തെ അദ്ദേഹം പാടേ നിരാകരിക്കുന്നു. വിവേചനരഹിതമായ മനസോടെ പ്രകൃതിയെ നോക്കൂ, തികച്ചും വ്യത്യസ്തമായ ഒരു കാഴ്ചയാണ് നിങ്ങൾക്ക് കിട്ടുക. പ്രകൃതിയെക്കുറിച്ചുള്ള ഈ തെറ്റായ ധാരണ നീങ്ങിക്കിട്ടിയാൽ ലോകത്തിന്റെ ക്രമരഹിതമായ വ്യവസ്ഥയുടെ മൂലകാരണം തന്നെ അദൃശ്യമാകുമെന്നതാണ് ഈ ദർശനത്തിന്റെ കാതൽ.

വിവേചനബുദ്ധിയോടെ പ്രകൃതിയെ മനസിലാക്കുന്നതിൽനിന്ന് പടിഞ്ഞാറ് പ്രകൃതിശാസ്ത്രങ്ങൾ ഉണ്ടായി. കിഴക്കിന്റെ ചിൻ–യാക്ക് ഐചിങ്ങ് ദർശനങ്ങളും അതിൽനിന്നുതന്നെയാണുണ്ടായത്. എന്നാൽ ശാസ്ത്രസത്യങ്ങൾക്ക് പരമമായ സത്യത്തിൽ എത്താനാകില്ല. ദർശനങ്ങളാകട്ടെ ലോകത്തിന്റെ വ്യാഖ്യാനമല്ലാതെ അതിലപ്പുറമൊന്നുമാകുന്നുമില്ല. ശാസ്ത്രം സ്വാംശീകരിച്ച പ്രകൃതി നശിപ്പിക്കപ്പെട്ട പ്രകൃതിയാണ്. ആത്മാവില്ലാതെ അസ്ഥികൂടം മാത്രമുള്ള ഒരു പ്രേതമാണത്. ദർശനം സ്വാംശീകരിച്ച പ്രകൃതിയാകട്ടെ, മനുഷ്യന്റെ ഊഹങ്ങളുടെ സൃഷ്ടിയായ ഒരു സിദ്ധാന്തവും. അതിന് ആത്മാവുണ്ട്, ശരീരമില്ലെന്നു മാത്രം.

വിവേചനരഹിതമായ മനസോടെ പ്രകൃതിയെ കാണുകയെന്നത് ഒരുതരം വെളിപാടാണ്. ഒരുതരം ജന്മവാസനയാണത്. പേരിടാൻവയ്യാത്ത

ഒരു സ്രോതസിൽനിന്ന് അത് രൂപംകൊള്ളുന്നു. പ്രകൃതിയെ അറിയണോ, എങ്കിൽ വിവേചനബുദ്ധിയുടെ കാഴ്ചപ്പാട് ഉപേക്ഷിക്കാൻ തയാറാവുക, ആപേക്ഷികതയുടെ ലോകത്തിലേക്ക് ഇറങ്ങിച്ചെല്ലുക.

യഥാർഥമായ പ്രകൃതിഭക്ഷണം കണ്ടെത്തുംവരെ ആരോഗ്യത്തിനിണങ്ങിയ ഒരു ഭക്ഷണക്രമം സ്വീകരിക്കാൻ ഈ അറിവ് നാമോരോരുത്തരേയും സഹായിക്കുമെന്നുള്ളതാണ് ഫുക്കുവോക്കയുടെ കാഴ്ചപ്പാട്. അപ്പോൾ സ്വാഭാവികമായും ഒരു ചോദ്യമുയരും. പ്രകൃതിമനുഷ്യനായിത്തീരാൻ നാമേതുതരം ഭക്ഷണരീതി സ്വീകരിക്കണം.

രുചിയെക്കുറിച്ച് ആചാര്യന് തന്റേതായ ഒരു കാഴ്ചപ്പാടുണ്ട്. രുചി വേണ്ടന്ന് തീരുമാനിക്കുമ്പോൾ മാത്രമാണ് ഏതൊരു ഭക്ഷ്യവസ്തുവിന്റെയും യഥാർഥമായ രുചി നാം അനുഭവിക്കുകയെന്നതത്രെ അതിന്റെ പൊരുൾ. നമ്മുടെ കൃഷിരീതികളുടെ കാര്യം നോക്കൂ. ആയിരമായിരം വർഷങ്ങളിലെ അനുഭവങ്ങളിലൂടെയാണ് അവ രൂപംകൊണ്ടത്. അതുകൊണ്ട് അവയെ വിവേചനരീതിയിലൂടെ രൂപംകൊണ്ട അറിവായിക്കാണാൻ അദ്ദേഹം തയാറല്ല. വിവേചനരഹിതമായ ഒരു മനസാണ് അവയുടെ പിന്നിൽ പ്രവർത്തിച്ചത്. അതുകൊണ്ട് സ്വാഭാവിക രീതിയിൽ കൃഷിചെയ്തുണ്ടാക്കിയതെല്ലാം പ്രകൃതിഭക്ഷണമാണ്. അതേസമയം മനുഷ്യൻ ചുരുങ്ങിയകാലംകൊണ്ടുണ്ടാക്കിയതരം വിളകളാകട്ടെ 'കൃത്രിമം' എന്ന വകുപ്പിൽ മാത്രമേപെടൂ. സ്വാഭാവികരീതികളുടെ ഒരു വിപുലീകരണമായി അതിനെയും കണ്ടുകൂടേ എന്ന് ചോദിച്ചാൽ ഫുക്കുവോക്ക അതിനെ അംഗീകരിക്കില്ല. കാരണം ബോധപൂർവമായ ഒരു പ്രവർത്തനം ഇത്തരം വിളകളുടെ സൃഷ്ടിക്കുപിന്നിലുണ്ട്. വ്യാപാരബുദ്ധിയോടെ സൃഷ്ടിക്കപ്പെടുന്ന ഒന്നും പ്രകൃതിയുടെ ഭാഗമല്ല. അതുകൊണ്ടുതന്നെ വൻതോതിൽ ചൂഷണം ചെയ്യപ്പെടുന്ന സമുദ്രവിഭവങ്ങളും പ്രകൃതിഭക്ഷണമെന്ന പേരിന്നർഹമല്ല. കൃഷി, മീൻപിടിത്തം, മൃഗസംരക്ഷണം, വസ്ത്രനിർമിതി, പാർപ്പിടനിർമാണം, നമ്മുടെ ആത്മീയസത്ത എന്നിങ്ങനെ വ്യക്തിയുമായി ബന്ധപ്പെട്ടതെല്ലാം പ്രകൃതിയുമായി താദാത്മ്യം പ്രാപിച്ചിരിക്കണം എന്നതാണ് അതിന്റെ നിയമം. പ്രകൃതിഭക്ഷണക്രമം ശാസ്ത്രത്തേയും ദർശനങ്ങളെയും മറികടക്കുന്നു. ഏറ്റവും അടുത്തുനിന്ന് ഏറ്റവും അനായാസമായി ലഭ്യമായവ, ഓരോ കാലത്തേക്കും യോജിച്ചവ, ഇങ്ങനെ നോക്കുമ്പോൾ പ്രകൃതി നമുക്കായി ഒരുക്കിവച്ചിരിക്കുന്ന ഭക്ഷ്യവസ്തുക്കളുടെ എണ്ണത്തിന് കൈയും കണക്കുമില്ലെന്നു കാണാം. ഉൾനാടുകളിൽ ചെന്നാൽ ഇത് മനസിലാവും. ജാപ്പനീസ് ഗ്രാമങ്ങളിൽ താമസിക്കുന്ന കൃഷിക്കാരനും മീൻപിടിത്തക്കാരനും ഈ രീതിയിലുള്ള ഭക്ഷണത്തെയാണ് ആശ്രയിക്കുന്നത്.

വസന്തഋതുവിലെ ആദ്യദിനങ്ങളിൽ കുന്നിൻപുറങ്ങളിൽ ഏഴ് ഔഷധികൾ പൊടിക്കാൻ തുടങ്ങുന്നകാലം കർഷകർ ഏഴുരുചികൾ രുചിച്ചറിയുന്നു. ഏഴു ഗന്ധങ്ങൾ ആസ്വദിക്കുന്നു. ഇതോടൊപ്പം കുളത്തിലെ നത്തകൾ, കടൽകാക്കകൾ തുടങ്ങിയുള്ളവയും. മാർച്ചുമാസപ്പിറവി

യോടെ ഹരിതഋതുവിന്റെ വരവായി. മലഞ്ചെടികൾ വളർന്നുകഴിഞ്ഞിരിക്കും. പീച്ചിന്റെയും പെർസിമോണിന്റെയും ഇലകൾ പാകമായിക്കഴിഞ്ഞിരിക്കും. കാട്ടുകാവത്തുകളുടെ മുളകൾ ഇഷ്ടംപോലെയുണ്ടാകും. കടൽക്കരയിൽ കെൽപ്പ്, നോറി തുടങ്ങിയ കടൽപായലുകൾ വിളഞ്ഞു കിടപ്പുണ്ടാകും. മുളകൾ തളിരിലകൾ വിരിയിക്കാൻ തുടങ്ങുന്നകാലത്ത് ചിലതരം കടൽമത്സ്യങ്ങൾക്ക് പ്രത്യേകമായ ഒരു സ്വാദുതന്നെയുണ്ടാകും. ഐറിസ് ചെടികൾ പൂവണിയുമ്പോഴാണ് അയല തിന്നേണ്ടത്. പച്ചപ്പയർ, മഞ്ഞപ്പയർ എന്നിവ മുഴുവനായി ഒറ്റയ്ക്കോ അരി, ഗോതമ്പ് എന്നിവയുമായി ചേർത്ത് വേവിച്ചോ കഴിക്കണം.

മഴക്കാലം അവസാനിക്കാറാകുമ്പോൾ പ്ലംകായ്കൾ ഉപ്പിട്ടുവെക്കാം. സ്ട്രോബറിയും റാസ്ബറിയും പഴങ്ങളുടെ രൂപത്തിൽ വൻതോതിൽ ശേഖരിക്കാം. ജലാംശം കൂടുതലുള്ള പഴങ്ങൾക്കൊപ്പം വെങ്കായങ്ങൾ (ഒരുതരം ഉള്ളി) കഴിക്കാനുള്ള കൊതി ഈ സമയം കൂടുതലാവും, മുട്ടപ്പഴങ്ങൾ (ലൊകാറ്റ്) ഈ രീതിയിൽ തിന്നാം. ഇവയുടെ വിത്തുകൾ ഉണക്കിപ്പൊടിച്ച് കാപ്പികാച്ചാം. ഇലയിട്ട് തിളപ്പിച്ച് ചായയുണ്ടാക്കാം. രണ്ടും കൈകണ്ട ഔഷധങ്ങൾ. പീച്ചിന്റെയും പെർസിമൺ ഓറഞ്ചിന്റെയും പക്വമായ ഇലകൾകൊണ്ട് ദീർഘായുസിനുള്ള കഷായമുണ്ടാക്കാം.

ഗ്രീഷ്മച്ചൂടിൽ, ഏതെങ്കിലും വൻവൃക്ഷത്തിന്റെ തണലിലിരുന്ന് വെള്ളരിക്കയും കക്കിരിക്കയും തിന്നണം. തേൻ നുണഞ്ഞിറക്കണം. നാട്ടിൻപുറങ്ങളിൽ പലരും ഈ രീതിയിൽ സമയംപോക്കാറുണ്ടായിരുന്നു. വേനലിന്റെ കാഠിന്യങ്ങളെ അതിജീവിക്കാൻ എള്ളെണ്ണയും, മത്തൻ, വെള്ളരി, കക്കിരി, കാരറ്റ്, റാഡിഷ് തുടങ്ങിയ പച്ചക്കറികളും സഹായിക്കും. വേനൽക്കാലങ്ങളിൽ ഭക്ഷണത്തോട് താൽപ്പര്യം കുറയും. ഈ സമയം വസന്തകാലത്ത് കൊയ്തെടുക്കുന്ന ശൈത്യകാലവിളകളിലുണ്ടാകുന്ന ധാന്യം കഴിക്കണം. അതുകൊണ്ട് ചൂടുകൂടുമ്പോൾ ബാർലികൊണ്ടുള്ള നൂഡിൽ വിഭവങ്ങൾ പഥ്യമാവുന്നു.

ഈ രീതിയിൽ പ്രകൃതിഭക്ഷണത്തെക്കുറിച്ച് മൗലികമായ പല നിരീക്ഷണങ്ങളും ഈ പുസ്തകത്തിൽ ഫുക്കുവോക്ക നടത്തുന്നുണ്ട്.

ഇതിന്റെയടിസ്ഥാനത്തിൽ തന്റെ പ്രദേശത്തിനുവേണ്ടി ആരോഗ്യകരമായ ഒരു ഭക്ഷണം നിർദേശിച്ച രണ്ടു ചാർട്ടുകൾ നിർമിക്കുയുണ്ടായി. ചുറ്റുപാടുകളിൽനിന്ന് ഊർജവ്യയമില്ലാതെ ശേഖരിക്കാൻ കഴിയുന്നതരം വിഭവങ്ങളാണ് ആദ്യത്തേതിൽ. രണ്ടാമത്തേതിൽ ഓരോ ഋതുവിനും യോജിച്ചവയും.

ഭക്ഷണത്തിനും അതിന്റേതായ ഒരു സംസ്കാരമുണ്ടെന്നതുകൊണ്ടാണ് എന്തിനാണ് നിങ്ങൾ ഭക്ഷണം കഴിക്കുന്നതെന്ന ചോദ്യം ഫുക്കുവോക്ക ഉയർത്തുന്നത്. 'ജീവൻ നിലനിർത്താൻ' എന്ന് ഒറ്റവാചകത്തിൽ വേണമെങ്കിൽ ഉത്തരം നൽകാം. ഇതിലുപരിയായ ചില പ്രയോജനങ്ങളെക്കുറിച്ച് എത്രപേർ ചിന്തിക്കും? ഭക്ഷണവും ഒരുവന്റെ/ ഒരുവളുടെ

സത്തയും തമ്മിലുള്ള ബന്ധമെന്ത് എന്നതിലേക്കാണ് അന്വേഷണം നീണ്ടുചെല്ലേണ്ടത്.

സൂര്യപ്രകാശത്തിൽ ഏഴുനിറങ്ങളുണ്ടെന്ന് നമുക്കറിയാം. ഏഴുനിറങ്ങളും ചേരുമ്പോൾ നാം കാണുന്ന സാധാരണപ്രകാശമുണ്ടാകുന്നു. പ്രകാശപുഞ്ജത്തെ ഒരു പ്രിസത്തിലൂടെ കടത്തിവിട്ട് ഈ ഏഴുനിറങ്ങളെയും ദൃഷ്ടിഗോചരമാക്കാൻ കഴിയും.

ജലം പലവിധ മാറ്റങ്ങൾക്കും വിധേയമാകുന്ന ഒരു സാധനമാണ്. പക്ഷേ, ഐസായാലും നീരാവിയായാലും അത് വെള്ളംതന്നെ. ബോധമനസ് മാറ്റങ്ങൾക്ക് വിധേയമായിക്കൊണ്ടിരിക്കും. എന്നാൽ യഥാർഥമനസ് ചലനരഹിതമത്രെ. അത് യാതൊരു മാറ്റങ്ങൾക്കും വിധേയമല്ല. ഏഴുനിറങ്ങളിൽ ആകൃഷ്ടമായ മനസ്സ് ചഞ്ചലമാകും. ഇലകളിലും പൂക്കളിലും പ്രകൃതിയിലെ മറ്റു സൃഷ്ടികളും നാനാവിധ വർണങ്ങൾ ദൃഷ്ടിഗോചരമാകാറുണ്ട്. എന്നാൽ എല്ലാ നിറങ്ങളുടെയും അടിസ്ഥാനമായത് ആരുടെയും ദൃഷ്ടിയിൽപ്പെടാറില്ല.

ഭക്ഷണത്തിന്റെ കാര്യത്തിലും ഇത് നൂറുശതമാനം ശരിയാകുമെന്ന് ഫുക്കുവോക്ക പറയുന്നു. ഭക്ഷ്യയോഗ്യമായ എത്രയോ വസ്തുക്കൾ ചുറ്റുപാടുമുണ്ട്. മനസ്സ് ഇവയെ നല്ലതും ചീത്തയുമായി തരംതിരിക്കുന്നു. ഈ രീതിയിൽ ഓരോന്നിനും ഗുണദോഷം കൽപ്പിച്ചശേഷം ഓരോരുത്തരും അവരവർക്കിഷ്ടമുള്ളത് തെരഞ്ഞെടുക്കും. ഈ രീതിയിലൊരു തെരഞ്ഞെടുപ്പ് നടക്കുമ്പോൾ ഭക്ഷണസ്വീകരണത്തിന്റെ അടിസ്ഥാനാവശ്യങ്ങൾ എന്തൊക്കെയാണെന്ന കാര്യം അവഗണിക്കപ്പെടും.

ഹൈഡ്രാഞ്ചിയ പൂവ് കണ്ടിട്ടില്ലേ. നിറയെ പൂക്കളുള്ള തോട്ടച്ചെടി. പൂക്കളുടെ നിറം മാറിക്കൊണ്ടിരിക്കും. പ്രകൃതിയുടെ ശരീരം ഇതുപോലെ തുടർച്ചയായ രൂപപരിണാമങ്ങൾക്കു വിധേയമാണ്. നിങ്ങളുടെ യുക്തി ഉപയോഗിച്ച് നിങ്ങൾ ആഹാരം തെരഞ്ഞെടുക്കുമ്പോൾ പ്രകൃതിയെക്കുറിച്ചുള്ള നിങ്ങളുടെ അറിവ് നിശ്ചലാവസ്ഥയിൽ എത്തുകയാണ് വാസ്തവത്തിൽ ചെയ്യുന്നത്. ഋതുക്കളുടെ പരിണാമഭേദവും മറ്റും നിങ്ങൾ കാണാതെ പോകും. അതുകൊണ്ട് ബോധപൂർവമായ പരിചിന്തനത്തിലൂടെ തിരഞ്ഞെടുക്കപ്പെടുന്നവയൊന്നും യഥാർഥ പ്രകൃതിഭക്ഷണമാവില്ല.

ഭക്ഷണത്തിന് രുചി വേണമെന്ന കാര്യത്തിൽ ഈ ദാർശനികന് മറ്റൊരഭിപ്രായമില്ല. എന്നാൽ ഒരു കാര്യമുണ്ട്. ഓരോ ഭക്ഷ്യവിഭവത്തിന്റെയും രുചി ഓരോരുത്തർക്കും ഓരോന്നായാണ് തോന്നുക. ഒരേ ഭക്ഷണം ഒരേയാൾക്കുതന്നെ വ്യത്യസ്ത രീതിയിൽ അനുഭവപ്പെടാം. സ്ഥലം, സമയം, സാഹചര്യം, മാനസികാവസ്ഥ തുടങ്ങിയുള്ളവയെല്ലാം സ്വാധീനങ്ങളാണ്. എന്താണ് രുചിയെന്ന് അദ്ദേഹം ഒരു ശാസ്ത്രജ്ഞനോട് ചോദിച്ചു. അയാൾ ഭക്ഷ്യവസ്തുക്കളെ പ്രത്യേകം പ്രത്യേകം അപഗ്രഥിച്ച് രുചിയെ അപഗ്രഥിക്കാൻ ശ്രമിച്ചു. പക്ഷേ, അപഗ്രഥനംകൊണ്ട് നിർവചിക്കാൻ പറ്റുന്ന ഒരു കാര്യമാണോ രുചി? അല്ല. രുചി നോക്കു

ന്നത് നാവുതന്നെ. എന്നാൽ രുചി തീരുമാനിക്കുന്നത് മനസാണ്.

പ്രകൃതിയുമായി ഇണങ്ങി ജീവിക്കുന്നവർക്കേ ഏതിന്റെയും യഥാർഥരുചി അനുഭവപ്പെടുകയുള്ളൂ. ജന്മസിദ്ധമായ അഭിരുചികൾ അവയുടെ പൂർവാവസ്ഥയിലെത്തി നിൽക്കുന്നത് ഇത്തരക്കാരിൽ മാത്രമായതുകൊണ്ടാണത്. ഇങ്ങനെയുള്ള ഒരാൾ ലളിതഭക്ഷണം കൊണ്ടുതന്നെ തൃപ്തിപ്പെടും.

ആധുനിക മനുഷ്യന് രുചിയറിയാനുള്ള കഴിവ് നഷ്ടമായിരിക്കുന്നു എന്ന് പ്രത്യേകം പറയേണ്ട കാര്യമുണ്ടെന്ന് തോന്നുന്നില്ല. അരിഭക്ഷണത്തിന്റെ അതിസാധാരണവും അതിനിസ്സാരവുമായ സ്വാദ് നാവിൻതുമ്പിലുള്ളവർ എത്ര പേരുണ്ട്? മില്ലിൽകുത്തി വെളുപ്പിച്ചു തുടങ്ങിയതോടെയാണ് അതിന്റെ ആരംഭം. അന്നജമൊഴികെ മറ്റെല്ലാം നാമതിൽനിന്ന് മാറ്റി ദൂരെക്കളഞ്ഞു. ഇത്തരം അരികൊണ്ടുള്ള ചോറിന്റെ അരുചി മറക്കാൻ കറികളുടെ അകമ്പടി അനുപേക്ഷണീയമായിത്തീർന്നു. കറികളുടെ ധാരാളിത്തം മറ്റൊരു പ്രശ്നമായി വളർന്നു. ഇറച്ചിയും മീനും സുലഭമായി ഉപയോഗിക്കാനുള്ളപ്പോൾ ചോറിന്റെ രുചി ഇത്തിരി കുറഞ്ഞാൽ തന്നെയെന്ത്? പോയിപ്പോയി ചോറിനുവേണ്ടിയല്ല, കറികൾക്കുവേണ്ടിയാണ് നാം ഭക്ഷണം കഴിക്കുന്നത് എന്ന നിലയിലായിരിക്കുന്നു.

എല്ലാം മനസ്സുതീരുമാനിക്കുന്നതുപോലെയാണ്. പോത്തിറച്ചി നല്ലതാണെന്ന് മനസ്സ് തീരുമാനിച്ചാൽ പോത്തിറച്ചി നല്ലതുതന്നെ. യാതൊരു വിഷമവുമില്ലാതെ മൂക്കുമുട്ടെതിന്നാം. ഇഷ്ടമില്ലെന്നു മനസ്സുതീരുമാനിച്ചാൽ പോത്തിറച്ചി കാണുമ്പോൾ തന്നെ ഒക്കാനം വരും.

നൂഡിൽസ് എന്ന പലഹാരത്തിന് കൊതിപ്പിക്കുന്ന രുചിയാണ്. മെഷീനിൽ തയാറാക്കുന്ന ന്യൂഡിൽസിന് ഈ രുചിയില്ല. 'എന്നാൽ നൂഡിൽസിന് എന്തു രുചി' എന്ന് പറയുന്നതു തുടർച്ചയായി കേട്ട് കേട്ട് മെഷീനിൽ തയാറാക്കിയ കൃത്രിമ സാധാനത്തിനുപോലും നല്ല രുചി ഉണ്ടായിരിക്കുന്നു. പരസ്യങ്ങൾ പ്രയോജനകരമായിത്തീരുന്നത് ഇവിടെയാണ്. കുതിരച്ചാണകം ഒന്നാന്തരമാണെന്ന് ആവർത്തിച്ചു പറഞ്ഞ് മനുഷ്യനെ അത് സ്വാദോടെ തീറ്റിച്ച കുറുക്കന്റെ കഥ കേട്ടിട്ടില്ലേ? വളരെ വലിയ ഒരു സത്യമാണിത്. പരസ്യം ചെയ്ത് മലവും തീറ്റിക്കാം. വായകൊണ്ടല്ല, മനസ്സുകൊണ്ടാണ് നിങ്ങൾ ഭക്ഷണം കഴിക്കുന്നത്.

മോണോസോഡിയം ഗ്ലൂട്ടാമേറ്റ് എന്ന വിഷത്തിന്റെ കാര്യം നോക്കൂ. പ്രിസർവേറ്റീവ് (കേടുകൂടാതെ സുരക്ഷിതമാക്കി നിർത്തുന്നത്) എന്ന് ഓമനപ്പേർ. രുചികൊല്ലുന്ന സാധനമാണ്. എന്നിട്ടും അതുചേർത്ത ഭക്ഷണം രുചിയോടെ ഭക്ഷിക്കാൻ പഠിച്ചിരിക്കുന്നു. MSG ഇല്ലാത്ത ഭക്ഷണം കഴിക്കാനാണ് ഇപ്പോൾ വിഷമം.

ഭക്ഷ്യവസ്തുക്കളുടെ പ്രകൃതിദത്തമായ രുചിയും ഗന്ധവും പരിരക്ഷിക്കുകയെന്നത് നാമോരോരുത്തരുടെയും കർത്തവ്യമാണെന്നും യഥാർഥ ഭക്ഷണസംസ്കാരം അതാണെന്നും സൂചിപ്പിച്ചുകൊണ്ട് ഫുക്കു

വോക്ക ഈ ചർച്ച അവസാനിപ്പിക്കുന്നു.

മനുഷ്യവർഗത്തിന്റെ ശ്രമമൊന്നുകൊണ്ടുമാത്രം സൃഷ്ടിക്കപ്പെടുകയും സംരക്ഷിക്കപ്പെടുകയും ചെയ്യുന്ന ചിലതിനെയാണ് നാം സംസ്കാരമെന്നു വിളിക്കുന്നത് – ഫുക്കുവോക്ക എഴുതുന്നു. മനുഷ്യനും പ്രകൃതിയും തമ്മിലുള്ള പാരമ്പര്യത്തിൽനിന്നു മാത്രമേ സംസ്കാരമുണ്ടാകൂ. എന്നും എവിടെയും അങ്ങനെയാണ്. നമ്മുടെ നിത്യജീവിതവുമായി സംസ്കാരം അഭേദ്യമാംവിധം ബന്ധപ്പെട്ടിരിക്കുന്നു. നിത്യജീവിതം വഴി അത് ഭാവിയിലേക്ക് കൈമാറ്റം ചെയ്യപ്പെടുന്നു. അങ്ങനെയാണത് ഇന്നത്തെ തലമുറയുടെ കൈകളിലെത്തിച്ചേർന്നത്.

"മനുഷ്യന്റെ അഹംഭാവത്തിൽനിന്നും വെറുതെ ഉല്ലസിക്കാനുള്ള അഭിനിവേശത്തിൽനിന്നും സംസ്കാരം ഉടലെടുക്കുകയില്ല. യഥാർഥ സംസ്കാരം പ്രകൃതിയിലാണ് രൂപംകൊള്ളുന്നത്. അത് ലളിതമാണ്. വിനയാന്വിതമാണ്. ശുദ്ധമാണ്. യഥാർഥസംസ്കാരത്തിന്റെ അഭാവത്തിൽ മനുഷ്യവർഗം നശിച്ചുപോകും."

പ്രകൃതിഭക്ഷണം നിരാകരിച്ച് കൃത്രിമഭക്ഷണത്തിനു പിന്നാലെ ചെന്ന് സ്വന്തം നാശത്തിന് കുഴിതോണ്ടണോ എന്നതാണ് ചോദ്യം. ഭക്ഷണത്തെ ഇദ്ദേഹം താഴെ പറയുന്നരീതിയിൽ നാലായി തരംതിരിച്ചിരിക്കുന്നു.

1. ഒരാളുടെ രുചിഭേദങ്ങളെയും ആഗ്രഹങ്ങളെയും തൃപ്തിപ്പെടുത്തുന്നവ. ഇതിനെ ആശ്രയിക്കുന്നവർ ചഞ്ചലചിത്തരാണ്. ഫുക്കുവോക്ക ഇതിനെ ശൂന്യഭക്ഷണം എന്നുവിളിക്കുന്നു.

2. മിക്കയാളുകൾ ആശ്രയിക്കുന്നതും ശാരീരികമയ ആവശ്യകതകൾ ലക്ഷ്യംവച്ചുള്ളതുമായ പോഷകസമൃദ്ധ ഭക്ഷണം. ഭൗതികഭക്ഷണം അഥവാ ശാസ്ത്രീയ ഭക്ഷണം.

3. ആത്മീയനിയമങ്ങളെയും ആദർശാത്മക തത്വങ്ങളെയും അനുസരിക്കുന്ന ഭക്ഷണം. ആഹാരം നിയന്ത്രിക്കുകയും ചുരുക്കിക്കൊണ്ടുവരികയും ചെയ്യുന്ന രീതി. ആദർശാത്മകഭക്ഷണമെന്ന് ഇതിനെ വിളിക്കാം.

4. പ്രകൃതിഭക്ഷണം ജഗന്നിയാന്താവിന്റെ ആഗ്രഹമനുസരിച്ച് പ്രകൃതിയിലുണ്ടായത്. മനുഷ്യസിദ്ധമായ എല്ലാ അറിവുകളെയും നിഷേധിക്കുന്നതരം ഭക്ഷണം. വിവേചനരഹിത ഭക്ഷണം.

ശൂന്യഭക്ഷണം മഹാവ്യാധികളുടെ ഈറ്റില്ലമാണ്. ശാസ്ത്രീയഭക്ഷണം വേഗം മടുപ്പുളവാക്കും. തുടർന്ന് ആദർശാത്മക ഭക്ഷണം സ്വീകരിക്കുന്ന ഒരാൾ അധികം താമസിയാതെ പ്രകൃതിഭക്ഷണത്തിന്റെ ഉപാസകനായിത്തീരുമെന്ന കാര്യം തീർച്ച.

ഏതുവേണമെന്ന് നിങ്ങൾക്ക് തീരുമാനിക്കാം. പ്രകൃതി നൽകുന്നത് എന്തായാലും അത് സന്തോഷത്തോടെ സ്വീകരിക്കുന്നവരാണ് നാട്ടിൻപുറങ്ങളിലെ സാധാരണ മനുഷ്യർ. പ്രകൃതിഭക്ഷണം സ്വന്തം കാൽക്കീഴിൽ തന്നെയുണ്ടെന്ന് അവർ മനസിലാക്കിയിട്ടുണ്ട്.

ഭക്ഷണം ജീവിതമാണ്. പ്രകൃതിയിൽനിന്ന് അകന്നുമാറി നിൽക്കുന്ന

ഒന്നാകരുത് നമ്മുടെ ജീവിതം. ആഹാരവും ശരീരവും ഹൃദയവും മനസ്സും പ്രകൃതിയുമായി ഐക്യപ്പെടുന്നിടത്താണ് പ്രകൃതിഭക്ഷണം രൂപംകൊള്ളുന്നത്. നിയമങ്ങളിലോ അനുപാതങ്ങളിലോ അതിനെ ഒതുക്കിനിർത്താനാവില്ല. എല്ലാ മനുഷ്യരും ഒരേപോലെയാണെന്നും എല്ലാവരുടെയും ശാരീരികാവശ്യകതകൾ ഒരേപോലെയുമാണെന്ന പതിവു ധാരണയെ ഫുക്കുവോക്ക ഇവിടെ ചോദ്യംചെയ്യുന്നു. പ്രാദേശിക സാഹചര്യങ്ങൾക്ക് അനുസരണമായി ഓരോ വ്യക്തിയുടെയും ശാരീരികമായ ആവശ്യകതകൾക്കിണങ്ങുന്ന രീതിയിൽ പ്രകൃതിഭക്ഷണമെന്നത് സ്വയം നിർവചനങ്ങൾ രചിക്കുകയാണെന്ന് അദ്ദേഹം നിരീക്ഷിക്കുന്നു.

ആളുകൾ പ്രകൃതിയുടെ ഭാഗമായി ജീവിക്കുന്ന ആളുകളായി മാറാതെ പ്രകൃതികൃഷിയുമുണ്ടാവില്ല, പ്രകൃതിഭക്ഷണവുമുണ്ടാവില്ല.

മലമുകളിലെ തന്റെ കുടിലുകളിലൊന്നിൽ ഒരിടത്ത് അദ്ദേഹം ഇങ്ങനെ കുറിച്ചിട്ടിരിക്കുന്നതായിക്കാണാം.

"ശരിയായ ഭക്ഷണം. ശരിയായ പ്രവർത്തനം. ശരിയായ ബോധം."

പ്രകൃതി കവിതയാണ്

കർഷകരോടൊപ്പമിരുന്ന് താൻ നടത്താറുള്ള സൗഹൃദംനിറഞ്ഞ സംവാദങ്ങളെക്കുറിച്ച് ഫുക്കുവോക്ക തുടർന്നു സംസാരിക്കുന്നു. ദീർഘമേറിയ ശരത്കാല രാത്രികളിൽ മജ്ജപോലും മരവിപ്പിക്കുന്ന തണുപ്പിൽ തീക്കാഞ്ഞു രുചിയോടെ ചുടുചായ കുടിച്ചും ചർച്ചകൾ പുരോഗമിക്കുന്നു. തീയ്ക്കുചുറ്റുമിരുന്ന് എന്തുപറഞ്ഞാലും അതിനൊരു പ്രത്യേക രുചിയാണ്.

ഫുക്കുവോക്കയുടെ പഴത്തോപ്പിനു ചുറ്റും ഏതാനും കൊച്ചുകുടിലുകളുണ്ട്. അവിടെ പലരും വന്നുതാമസിക്കാറുണ്ട്. പ്രകൃതിക്കിണങ്ങിയ രീതിയിൽ ലളിതജീവിതം നയിക്കാനാഗ്രഹിക്കുന്നവർ ഇവിടെ വരുന്നു. ആധുനികമായ ഒരു സൗകര്യവും ഇവിടെയില്ല. രാത്രി മെഴുകുതിരിയോ ചിമ്മിനിവിളക്കോ ഉപയോഗിക്കണം. കൈക്കുത്തരിച്ചോറും പച്ചക്കറിയും മാത്രമേ ആഹരിക്കാൻ കിട്ടൂ. ഒറ്റവസ്ത്രം, ഒറ്റപ്പാത്രം എവിടെനിന്നൊക്കെയോ ഇവിടെ ആളുകളെത്തുന്നു. കുറച്ചുദിവസം തങ്ങിയശേഷം എവിടെക്കെന്നില്ലാതെ മടങ്ങിപ്പോകുന്നു.

ഇവിടെ ഫുക്കുവോക്കയുടെ അതിഥികളായി എത്തിച്ചേരുന്നവരിൽ കൃഷിശാസ്ത്രജ്ഞരുണ്ട്. വിദ്യാർഥികളും പണ്ഡിതന്മാരുമുണ്ട്. ഹിപ്പികളും കർഷകരും കവികളും സഞ്ചാരികളും ഇവിടെ വരാറുണ്ട്. സ്ത്രീകളും പുരുഷന്മാരും വയോധികരും ചെറുപ്പക്കാരും ഇവിടെയെത്തുന്നു. പല രാജ്യക്കാർ. പല ഭാഷ സംസാരിക്കുന്നവർ. കൂടുതൽക്കാലം ഇവിടെ താമസിക്കുന്നത് യുവാക്കളാണ്.

ഈ സത്രങ്ങൾ നോക്കിനടത്തലാണ് ഫുക്കുവോക്കയുടെ ചുമതല. ചുടുചായ നൽകി അദ്ദേഹം അതിഥികളെ സ്വീകരിക്കുന്നു. ഇവരെല്ലാം

ഇവിടെവന്ന് ചുമ്മാ കിടന്നുറങ്ങുകയല്ല. പാടങ്ങളിൽചെല്ലും പണിയെടുക്കും. ഇവർ വേലചെയ്യുമ്പോൾ ഫുക്കുവോക്ക അടുത്തുചെന്ന് ഇവരെ കേൾക്കും. ലോകകാര്യങ്ങൾ മനസിലാക്കും. വെളിയിൽ എന്തു നടക്കുന്നു എന്ന് അദ്ദേഹം അങ്ങനെയാണറിയുന്നത്.

കേൾക്കുമ്പോൾ എല്ലാം സുന്ദരം അല്ലേ? എന്നാൽ ഇതൊന്നും നാം വിചാരിക്കുന്നതുപോലെ അത്ര എളുപ്പമല്ല. ഒന്നും ചെയ്യേണ്ടതില്ലാത്ത കൃഷിരീതിയുടെ വക്താവായിട്ടല്ലേ അദ്ദേഹം പുറത്തെല്ലാം അറിയപ്പെടുന്നത്. അതുകൊണ്ട് ഇവിടെ വന്ന് ചുമ്മാതിരിക്കാമെന്ന ധാരണയിൽ വന്നുചേരുന്നവർ ധാരാളമുണ്ട്. കിടക്കപ്പായവിട്ട് എഴുന്നേൽക്കുകപോലും വേണ്ടെന്നാണ് ഇവരിൽ ചിലരുടെ വിചാരം. എന്നിട്ടോ ഇവിടത്തെ രീതികൾ കണ്ട് വാപൊളിക്കും. തണുപ്പിനെയും മൂടൽമഞ്ഞിനെയും വകവെക്കാതെ അരുവിയിൽനിന്ന് വെള്ളം മുക്കിക്കൊണ്ടുവരണം. കൈപൊള്ളുവോളം വിറകു കീറണം. മുട്ടുവരെ ചെളിയിൽ പുതഞ്ഞ് പണിയെടുക്കണം. ഇതെല്ലാം മനസിലാക്കി പിറ്റേന്നുതന്നെ സ്ഥലംവിടുന്നവരുണ്ട്.

മനുഷ്യനോളം ബുദ്ധിയുള്ള മറ്റൊരു ജീവിയില്ലെന്നാണ് പറയുന്നത്. ഇത്രയും വലിയ ഈ ബുദ്ധി ഉപയോഗിച്ച് ആണവയുദ്ധത്തിന് കോപ്പുകൂട്ടാൻ കഴിവുള്ള ഏകജീവിയും മനുഷ്യൻ തന്നെ.

ഈസോപ്പിന്റെയൊരു കഥ ഫുക്കുവോക്ക ഉദ്ധരിക്കുന്നുണ്ട്. ഞങ്ങൾക്ക് ഒരു രാജാവിനെ തരണമെന്ന് കുറെ തവളകൾ ചേർന്ന് ദൈവം തമ്പുരാനോട് അപേക്ഷിച്ചു. ദൈവം അവർക്ക് ഒരു മരത്തടി സമ്മാനിച്ചു. ജീവനില്ലാത്ത ഈ മരക്കുറ്റി ഞങ്ങൾക്കെന്തിനെന്നായി മണ്ഡൂകങ്ങൾ. കൂടുതൽ ശക്തിയുള്ള ഒരു ദൈവത്തിനുവേണ്ടി അവർ വാശിപിടിച്ചു. ദൈവം ഒരു കൊറ്റിയെ സൃഷ്ടിച്ചുകൊടുത്തു. തവളകളെല്ലാം അതിന്റെ വയറ്റിലായി.

കൂടുതൽ മിടുക്കരാകാൻ ശ്രമിക്കുന്നത് എപ്പോഴും അത്യാപത്തിൽ കലാശിക്കും എന്ന് ഈ കഥയുടെ ഗുണപാഠം.

ഈ രീതിയിൽ കൊച്ചുകൊച്ചു കഥകളിലൂടെയും അനുഭവവിവരണങ്ങളിലൂടെയും തന്റെ ദർശനം വിളംബരം ചെയ്യുകയെന്നതത്രെ ഫുക്കുവോക്കയുടെ രീതി.

ജീവിതം ഒരു ഗാനമാകുന്നു, കവിതയാകുന്നു എന്ന് സ്വന്തം ജീവിതരീതിയിലൂടെ അദ്ദേഹം വിളംബരംചെയ്യുന്നു. എല്ലാറ്റിന്റെയും സ്രോതസിനോടു പറ്റിച്ചേർന്ന് ജീവിക്കുന്നതിന്റെ സംതൃപ്തി മറ്റുള്ളവരെക്കൊണ്ടും അനുഭവിപ്പിക്കുകയാണിവിടെ.

ലോകത്തെ പരിശോധനയ്ക്കു വിധേയമാക്കുമ്പോൾ, അതുചെയ്യണം, ഇതുചെയ്യണം എന്ന് വിളംബരം ചെയ്യുമ്പോൾ, ഒരു കൃഷിക്കാരന്റെ ജീവിതം കൂടുതൽ തിരക്കേറിയതായി മാറുകയാണ് വാസ്തവ

ത്തിൽ. അതു ചെയ്യൂ, ഇതു ചെയ്യൂ എന്ന് ആരോടെങ്കിലും നിർദേശിക്കുന്നത് ആചാര്യന്റെ രീതിയല്ല. കാര്യമായി ഒന്നും ചെയ്യാതിരിക്കുമ്പോഴാണ് കൃഷിക്കാരുടെ ജീവിതം കൂടുതൽ മെച്ചപ്പെടുന്നതെന്ന് മുപ്പതുവർഷത്തെ ജീവിതാനുഭവങ്ങൾ തന്നെ പഠിപ്പിച്ചിട്ടുണ്ട്.

ജനങ്ങൾ കൂടുതലധ്വാനിച്ചാൽ സമൂഹത്തിൽ കൂടുതൽ മാറ്റങ്ങളുണ്ടാകും. കൂടുതൽ പുരോഗതിയെന്നാൽ കൂടുതൽ സങ്കീർണമായ പ്രശ്നങ്ങൾ എന്നാണർഥം. പ്രകൃതിക്ക് ഇത് കൂടുതലായി പരുക്കേൽപ്പിക്കും. പ്രകൃതിവിഭവങ്ങൾ കൂടുതൽ വേഗത്തിൽ ഉപയോഗിച്ചുതീരും. മനുഷ്യസത്ത നാശങ്ങൾക്ക് വിധേയമാകും. ആരംഭത്തിൽ പുരോഗതിക്ക് കാരണമേ ഉണ്ടായിരുന്നില്ല. പുരോഗതി ഉണ്ടാവാൻ എന്തെങ്കിലും ചെയ്യേണ്ടത് ഉണ്ടായിരുന്നില്ല. കൂടുതൽ മുന്നോട്ടു പോകുന്നതിനെതിരെ ഒരു പ്രസ്ഥാനം ആരംഭിക്കേണ്ട സമയമായിരിക്കുന്നു എന്നുവരെ ഫുക്കുവോക്ക പറഞ്ഞുവച്ചിരിക്കുന്നു. ശരിയായ അർഥത്തിലെടുത്താൽ ഇതൊന്നും നിഷേധാത്മകമായ കാര്യങ്ങളല്ലെന്നും മനുഷ്യരാശിയുടെ നിലനിൽപ്പിനെക്കുറിച്ചുള്ള ഉൽക്കണ്ഠകളാണ് അദ്ദേഹം പങ്കുവെക്കുന്നതന്നും കുറച്ചൊന്നാലോചിച്ചാൽ മനസിലാക്കാവുന്നതേയുള്ളൂ.

ഇതുകൂടി കേൾക്കാം:

“ഇന്നലെ ഒരു നാലുവയസുകാരി അവളുടെ അമ്മയോട് ചോദിക്കുന്നതു കേട്ടു, അമ്മേ, ഞാൻ എന്തിനാണ് ജനിച്ചത്? നഴ്സറിയിൽ പോകാൻ വേണ്ടിയാണോ?” ഉവ്വ് മോളെ എന്ന് തുറന്നുപറയാൻ ഒരമ്മയ്ക്കും സാധ്യമല്ല. എന്നാലുമത് ശരിയാണ്. നഴ്സറി ക്ലാസുകളിൽ ചെന്നു പഠിക്കുന്നതിനുവേണ്ടിത്തന്നെയാണ് ഇക്കാലത്ത് ഓരോ കുട്ടിയും ജനിക്കുന്നത്.”

നഴ്സറി കഴിഞ്ഞ് സ്കൂളിലും കോളേജ് ക്ലാസുകളിലുമെല്ലാം ജനനോദ്ദേശ്യമറിയാൻ കുട്ടികൾ കഠിനമായി പാടുപെടുന്നു. ഈ ശ്രമത്തിൽ പണ്ഡിതരും തത്വചിന്തകരുമെല്ലാം അവരുടെ ജീവിതം പാഴാക്കുകയാണ് ചെയ്യുന്നത്. ഈ ഒരു കാര്യമറിഞ്ഞു കഴിഞ്ഞാൽ എല്ലാമായി എന്നാണവരുടെ വിചാരം.

ആരംഭത്തിൽ മനുഷ്യജീവിതത്തിന് യാതൊരുവിധ ലക്ഷ്യവുമുണ്ടായിരുന്നില്ലെന്ന് ഫുക്കുവോക്ക നിരീക്ഷിക്കുകയാണിവിടെ. ഇന്ന് അങ്ങനെയല്ല. എന്തൊക്കെയോ ലക്ഷ്യങ്ങൾ മുന്നിൽ കണ്ട് ഓരോരുത്തരും ജീവിതത്തിന്റെ അർഥമന്വേഷിക്കുന്നു. ഒരാൾ ഒറ്റയ്ക്ക് ചെയ്യുന്ന ഒരു മൽപ്പിടിത്തംപോലെയാണിത്. യഥാർഥത്തിൽ മുമ്പിലൊരു പ്രതിയോഗിയില്ല. ഒരു ലക്ഷ്യവുമില്ല. ജീവിതത്തിനും ലക്ഷ്യമില്ല. ലക്ഷ്യമില്ലാത്ത ഒരു ജീവിതം അർഥഹിതമാകില്ലേ? പ്രതീക്ഷിക്കാൻ ഒന്നുമില്ലാത്ത ജീവിതം നിഷ്ഫലമല്ലേ? ആണോ? കുട്ടികളോടു ചോദിക്കുക. നഴ്സറി

ക്ലാസുതൊട്ട് അവരുടെ സങ്കടം ആരംഭിക്കുന്നു. എന്നുവച്ചാൽ നാമോരോരുത്തരുടെയും സങ്കടം ആരംഭിക്കുന്നു. സന്തോഷവാനായ ഒരു ജീവിയായിരുന്നു മനുഷ്യൻ പണ്ട്. പിന്നീടവൻ കട്ടിയേറിയ ഒരു ലോകമുണ്ടാക്കി അതിനകത്ത് പാർപ്പു തുടങ്ങി. ഇപ്പോൾ ആ തോടുപൊട്ടിച്ച് പുറത്തുവരാൻ പാടുപെടുന്നു.

പ്രകൃതിയിൽ ജീവിതവും മരണവുമുണ്ട്. എന്നാലും പ്രകൃതി നിറയെ ആനന്ദമാണ്.

മനുഷ്യസമൂഹത്തിലും ഉണ്ട് ജീവിതവും മരണവും. എന്നാൽ മനുഷ്യനാകട്ടെ ദുഃഖിച്ചു ജീവിക്കുന്നു.

യുദ്ധവും സമാധാനവും ഇല്ലാത്ത ലോകം

ജൈവ ചക്രങ്ങളുടെ നൈരന്തര്യത്തെക്കുറിച്ച് സൂചിപ്പിച്ചുകൊണ്ട് ഫുക്കുവോക്ക വ്യത്യസ്തങ്ങളായ ലോകവീക്ഷണങ്ങളിലേക്ക് നിങ്ങളുടെ ചിന്തകളെ കൊണ്ടുപോകുന്നു.

ഒരു പാമ്പ് തവളയെ അതിന്റെ വായിലാക്കിയശേഷം പച്ചപ്പുല്ലിനിടയിലേക്ക് ഇഴഞ്ഞു പോയി. ഒരു ചെറിയ പെൺകുട്ടി ആ കാഴ്ചകണ്ട് ഉറക്കെ കരഞ്ഞു. ഒരു പയ്യൻ വന്ന് പാമ്പിനുനേരെ കല്ലെറിഞ്ഞു. അതു കണ്ട് എല്ലാവരും ചിരിച്ചു. ഫുകുവോക്കയ്ക്ക് ചിരിവന്നില്ല. പാമ്പിനെയെറിഞ്ഞ കുട്ടിയെ അടുത്തുവിളിച്ച്, എന്തിനാണ് എറിഞ്ഞത്, അതുകൊണ്ട് എന്തുപ്രയോജനം എന്നുചോദിച്ചു.

ആ സമയം ഒരു കഴുകൻ താണുപറന്ന് പാമ്പിനെ റാഞ്ചിക്കൊണ്ടുപോയി. കഴുകനെ പിന്നീട് ചെന്നായ പിടിച്ചു. മനുഷ്യൻ ചെന്നായയുടെ കഥകഴിച്ചു. മനുഷ്യനെ ക്ഷയരോഗാണുക്കൾ കാർന്നുതിന്നു. മൃതശരീരം ബാക്ടീരിയകൾക്കു ഭക്ഷണമായി മണ്ണിലടിഞ്ഞു. ആ സ്ഥലത്ത് പച്ചപ്പുല്ലും മറ്റു സസ്യലതാദികളും കിളിർത്തു. പുല്ലും ഇലകളും തിന്നാൻ ജന്തുക്കൾ വന്നു. ഇലകൾ കീടങ്ങളുടെ ഭക്ഷണമായി. ഇലതിന്നു തടിച്ച പുഴുക്കളും മറ്റു കീടങ്ങളും തവളകൾക്കു ഭക്ഷണമായി. തവളയെ പാമ്പു പിടിച്ചു.... ജൈവചക്രം അതിന്റെ പരിക്രമണം തുടർന്നു.

സസ്യങ്ങളും ജന്തുക്കളും സൂക്ഷ്മജീവികളും ഇത്തരം ജീവിതചക്രങ്ങളുടെ ഭാഗമായി വർത്തിക്കുന്നു. എല്ലാംചേർന്ന് ജീവന്റെ നൈരന്തര്യവും പ്രകൃതിയുടെ സന്തുലിതസ്ഥിതിയും നിലനിർത്തുന്നു. സ്വാഭാവികതകളാൽ നിയന്ത്രിതമായ ഒരു ജീവിതമാണ് ഇതിന്റെയെല്ലാം പരിണതഫലം. ജൈവമണ്ഡലത്തിൽ എവിടെയായാലും ഇത് സംഭവിച്ചുകൊണ്ടിരിക്കുന്നു. എത്രയും സ്വാഭാവികമായതിനാൽ നമ്മളാരും ഇതൊന്നും ശ്രദ്ധിക്കാറില്ല. ശ്രദ്ധിക്കേണ്ട കാര്യവുമില്ല. ഭൂമിയിൽ ജീവൻ നാമ്പെടു

ത്തകാലം തൊട്ട് ഇതെല്ലാം സംഭവിച്ചുകൊണ്ടിരിക്കുന്നു.

മനുഷ്യർ ഇതിനെ വ്യത്യസ്തമായ രീതികളിൽ വ്യാഖ്യാനിക്കാറുണ്ട്. ബലവാൻ ദുർബലനെ കൊന്നുതിന്നുന്നതായി ഒരു കൂട്ടർ. കൈയൂക്കുള്ളവൻ കാര്യക്കാരനാകുന്നു. അതാണ് പ്രകൃതിനിയമമെന്ന് ഇക്കൂട്ടർ പറയും. വേറെ ചിലരാകട്ടെ, ഇതിൽ സഹവർത്തിത്വം കാണുന്നു. ചിലരുടെ കണ്ണിൽ ഇരയായ തവള സഹതാപമർഹിക്കുന്നു. പാമ്പ് ക്രൂരനാണ്. ഇതിനെയെല്ലാം സ്വാഭാവിക നീതിയായി കാണാനാണ് മറ്റുചിലർക്കിഷ്ടം? സത്യം എന്താണ്?

ഇതാ ഒരഭിപ്രായം ഇങ്ങനെയാണ്: “ശക്തനും അശക്തനും തമ്മിലുള്ള പോരാട്ടമായി ജീവിതത്തെ കണ്ടാൽ ഇവിടെ ചോരപ്പുഴകൾ തന്നെ ഒഴുകും. പക്ഷേ, ദുർബലന്മാരുടെ ബലി ഒരനിവാര്യതയല്ലേ? ദുർബലന്മാരില്ലാതെ ബലവാന്മാർക്ക് ജീവിക്കാൻ കഴിയുമോ? അതുകൊണ്ട് ശക്തൻ കാര്യം കൊണ്ടുപോകുന്നതിൽ അപാകതയൊന്നുമില്ല. ഇങ്ങനെ കോടാനുകോടി വർഷം കഴിയുമ്പോൾ ഇന്നു കാണുന്ന പല ജീവികളും ജീവിതസമരത്തിൽ തോറ്റ് ഭൂമുഖത്തുനിന്ന് തുടച്ചുമാറ്റപ്പെടും. വിജയികൾ നിലനിൽക്കും. കരുത്തരാകും. അതുകൊണ്ടാണ് ഞാൻ പറയുന്നത് അർഹതയുള്ളതിന്റെ അതിജീവനം പ്രകൃതിനിയമമാണ്.”

മറ്റൊരാൾ ഇതിനെ ഖണ്ഡിച്ചു. ‘‘ഒറ്റനോട്ടത്തിൽ നിങ്ങൾ പറയുന്നതെല്ലാം ശരിയാണെന്ന് തോന്നിയേക്കാം. എന്നാൽ ഇത് ശരിയല്ല. ലോകത്തിൽ എവിടെ നോക്കിയാലും സഹജീവനവും സഹവർത്തിത്വവും മാത്രമേ കാണാൻ കഴിയൂ. രണ്ടുജീവികൾ പരസ്പരം ബന്ധപ്പെടുമ്പോൾ രണ്ടിനും ഗുണമുണ്ടാകുന്നു. കളകളെ നോക്കൂ, വിളകളെ നോക്കൂ. ശൈവാലങ്ങൾ. (ലൈക്കൻ) എന്നു പറയുന്ന സസ്യങ്ങളെ നോക്കൂ... പക്ഷി, പാമ്പ്, തവള, കീടം, ബാക്ടീരിയ – ഒന്നും ഈ നിയമത്തിനതീതമല്ല.”

മൂന്നാമതൊരു ചെറുപ്പക്കാരന്റെ വീക്ഷണംകൂടി ഫുക്കുവോക്ക ഉദ്ധരിക്കുന്നു. പ്രകൃതിയിൽ ഇപ്പറഞ്ഞത് രണ്ടുമുണ്ടെന്നാണ് ഇയാളുടെ അഭിപ്രായം. ഒരേസമയം മത്സരവും സഹകരണവും. പോരാട്ടവും സഹവർത്തിത്വവും. ശക്തരായ ജീവികൾ ദുർബലരെ ഇരയാക്കുമായിരിക്കും. പക്ഷേ, ആവശ്യത്തിൽ കൂടുതൽ ആഹാരം ഒരിക്കലുമവ സ്വീകരിക്കാറില്ലെന്നോർക്കണം. ഓരോന്നും അതിന് ആവശ്യമുള്ളത് മാത്രമെടുക്കുന്നു. ഇതിനുവേണ്ടി ദുർബലരായ ജീവികളെ ആക്രമിക്കുന്നു എന്നതു ശരിതന്നെ. എന്നാൽ ഇത് പ്രകൃതിസന്തുലനം പാലിക്കുന്നതിനുള്ള ഒരു സ്വാഭാവിക രീതി മാത്രമാകുന്നു. എന്ത് ആക്രമണം കാട്ടിയാലും ആത്യന്തികലക്ഷ്യം സഹകരണവും പങ്കാളിത്തവും സഹവർത്തിത്വവും മാത്രമാണ്. വൈരുധ്യാത്മകതയാണ് പ്രകൃതിയുടെ ആത്മസത്ത. പ്രകൃതിയിലെ ക്രമസമാധാനപരിപാലനത്തിന് ഇത് അനിവാര്യമാകുന്നു.”

ഇനി ഫുക്കുവോക്ക ഇതിനെ എങ്ങനെ കാണുന്നു എന്നു നോക്കാം. ഈ മൂന്നഭിപ്രായങ്ങളോടും അങ്ങേർക്ക് യോജിപ്പില്ല. ഈ പറഞ്ഞതെല്ലാം

മനുഷ്യനു തോന്നുന്ന കാര്യങ്ങൾ മാത്രമാണ്. ഓരോരുത്തരും അവരവർക്ക് തോന്നുന്ന രീതിയിൽ നടത്തുന്ന വ്യാഖ്യാനങ്ങൾ മാത്രമാണ്. പ്രകൃതിക്ക് ഒരഭിപ്രായവുമില്ല. ഒരു കാഴ്ചപ്പാടുമില്ല. ഒരു വികാരവും അതിനെ ഭരിക്കുന്നില്ല. അതിനു മത്സരവുമറിഞ്ഞുകൂടാ, സഹവർത്തിത്വവുമറിഞ്ഞുകൂട. പ്രകൃതിക്കെന്ത് ശക്തനും അശക്തനും, എന്ത് ഹിംസയും അഹിംസയും?

അധികമാരും ഈ അഭിപ്രായത്തോട് യോജിക്കില്ലെന്ന് ആചാര്യനറിയാം. ഈ പറഞ്ഞതും മനുഷ്യന്റേതായ ഒരു വ്യാഖ്യാനമാണല്ലൊ. വ്യത്യസ്തമാണതെന്നു മാത്രം. എല്ലാം ആപേക്ഷികമായി കാണുകയെന്നതാണ് നമ്മുടെ ശീലം. മനുഷ്യൻ നൽകുന്ന വ്യാഖ്യാനങ്ങൾക്കും അവയുടെതായ വിലയുണ്ട്. ഇങ്ങനെയൊരു കാഴ്ചപ്പാട് നമുക്കില്ലെങ്കിൽ മനുഷ്യനിർമിതമായ മൂല്യങ്ങളെല്ലാം തകർന്നു പോകില്ലേ? ചെറിയ രാജ്യങ്ങളും വലിയ രാജ്യങ്ങളുമില്ലേ? മുകളിലും താഴെയുമില്ലേ? ശക്തരും അശക്തരുമില്ലേ? ദാരിദ്ര്യവും സമ്പന്നതയുമില്ലേ? ഇതെല്ലാമുണ്ടാകുമ്പോൾ സ്വാഭാവികമായും തർക്കങ്ങളുണ്ടാകും. കുഴപ്പങ്ങളുണ്ടാകും. യുദ്ധമുണ്ടാകും. ജയിക്കുന്നവരും തോൽക്കുന്നവരുമുണ്ടാകും. ഈ താരതമ്യകാഴ്ചപ്പാടുകളും ഇതിന്റെ പരിണതിയായ വികാരങ്ങളും മാനുഷികമാണ്, അതുകൊണ്ടുതന്നെ സ്വാഭാവികമാണ് എന്ന് പറയാതിരിക്കാൻ കഴിയുമോ? മനുഷ്യനായിരിക്കുന്നതുകൊണ്ടുമാത്രം സിദ്ധിച്ച ചില പ്രത്യേകാവശ്യങ്ങളല്ലാതെ മറ്റെന്താണിവ? ആചാര്യൻ ശക്തിയായി വിയോജിക്കുന്നു. മറ്റു മൃഗങ്ങളും തമ്മിലടിക്കാറുണ്ട്, പക്ഷേ, യുദ്ധംചെയ്യാറില്ല. ശക്തനും അശക്തനും എന്ന ആശയത്തിന്റെയടിസ്ഥാനത്തിലുണ്ടാകുന്ന യുദ്ധം മനുഷ്യന്റെ പ്രത്യേകാവകാശമാണെന്നു പറഞ്ഞാൽ പിന്നെ ജീവിതം ഒരു പ്രഹസനമായി മാറും. ഈ പ്രഹസനം പ്രഹസനമാണെന്നറിയാത്തതാണ് മനുഷ്യന്റെ ഏറ്റവും വലിയ ദുരന്തം.

വൈരുധ്യങ്ങളോ പക്ഷപാതങ്ങളോ ഇല്ലാത്ത ലോകത്തിൽ ജീവിക്കുന്നത് ശിശുക്കൾ മാത്രമാണ്. ഇരുട്ടും വെളിച്ചവും ശക്തിയും ദൗർബല്യവും അവരും മനസിലാക്കുന്നുണ്ട്. എന്നാൽ വിധിപ്രസ്താവനകൾ നടത്താറില്ല. പാമ്പും തവളയും അവരുടെ ലോകത്തിലുമുണ്ടെങ്കിലും ഏതാണ് ശക്തൻ ഏതാണ് ദുർബലമെന്ന് കുട്ടികൾ തിരിച്ചറിയാറില്ല. ജീവിതത്തിലെ യഥാർഥ സന്തോഷം അവിടെയാണ്. എന്നാൽ മരണഭയം പിന്നീട് വരാനിരിക്കുന്നതേയുള്ളൂ.

ഇത്തരം വാക്കുകളിലൂടെ കൃഷിയുടെ തലത്തിൽ നിന്നുയർന്നു ശരിക്കുമൊരു ദാർശനികനായി മാറുകയാണ് ഫുക്കുവോക്ക.

സ്നേഹത്തെയും വെറുപ്പിനെയുംകുറിച്ച് പറയുന്നതും ശ്രദ്ധിക്കുക. മുതിർന്നവരുടെ കണ്ണുകളിൽനിന്നുയർന്നു വരുന്ന ഈ രണ്ടു വികാരങ്ങളും ആരംഭത്തിൽ രണ്ടുവ്യത്യസ്ത കാര്യങ്ങളായിരുന്നില്ലെന്ന നിരീക്ഷണമാണിവിടെ. ഒരേ വസ്തുവിനെ മുന്നിൽനിന്നും പിന്നിൽനിന്നും കാണുന്നതിനെയാണ് നാം രാഗമെന്നും ദ്വേഷമെന്നും വിളിക്കുന്നത്. വെ

റുപ്പിന് കഴമ്പുനൽകുന്നത് സ്നേഹമാണ്, സ്നേഹത്തിന്റെ നാണയമെടുത്ത് മറിച്ചിട്ടാൽ അത് വെറുപ്പായിത്തീരും. ഒരു വീക്ഷണവും സംഗതമല്ലാത്ത കേവലതയുടെ ഒരു ലോകത്തേക്ക് ആഴത്തിൽ ഇറങ്ങിച്ചെന്നുകൊണ്ടു മാത്രമേ പ്രാതിഭാസിക ലോകത്തിന്റെ ദ്വന്ദ്വമാനസ്വഭാവത്തെ ഒഴിവാക്കാനാവുകയുള്ളൂ.

കൃഷിചെയ്തു ജീവിച്ചിരുന്ന പണ്ടത്തെ ആളുകളെല്ലാം വളരെ സമാധാനമുള്ള ഒരു ജീവിതം നയിച്ചവരായിരുന്നു. ഇപ്പോൾ അതാണോ സ്ഥിതി? ആസ്ത്രേലിയയുമായി ഇവിടെയുള്ളവർ ഇറച്ചിക്കുവേണ്ടി കലഹിക്കുന്നു. മത്സ്യത്തിന്റെ പേരിൽ റഷ്യക്കാരുമായി പോരടിക്കുന്നു. ഗോതമ്പിനും സോയപ്പയറിനും അമേരിക്കയെ പഴിപറയുന്നു.

ജപ്പാനിലെ ജനങ്ങളെല്ലാം ഒരു വൻവൃക്ഷച്ചുവട്ടിൽ നിൽക്കുകയാണെന്ന് ഫുക്കുവോക്ക സങ്കൽപ്പിക്കുകയാണ്. ഇടിമിന്നലുണ്ടാകുമ്പോൾ വൃക്ഷച്ചോട്ടിൽ നിൽക്കുന്നത് അപകടമാണെന്നറിയാമല്ലോ? ഏതാണ് ഈ വൃക്ഷമെന്ന് മനസിലായോ? ആണവവൃക്ഷം. തന്റെ നാടിനു തണലേകുന്നത് ഈ വൃക്ഷമാണെന്ന് ഏതടിസ്ഥാനത്തിലാണ് അദ്ദേഹം പറയുന്നത് എന്ന് വ്യക്തം. ഒരാണവ യുദ്ധത്തിന്റെ ദുരിതമേറെ അനുഭവിച്ചിട്ടും ആണവക്കുടയുടെ സുരക്ഷിതത്വം അന്വേഷിക്കുന്നതിനെ ചോദ്യം ചെയ്യുകയാണദ്ദേഹം. ഒരാണവക്കുടയുടെ കീഴിൽ സ്വന്തം രക്ഷ കാണുന്നതിനേക്കാൾ വിഡ്ഢിത്തം വേറെയില്ലെന്ന് ഓർമിപ്പിക്കുകയാണ്. ആണവശക്തിയെ നിർമാണാത്മകമായി ഉപയോഗപ്പെടുത്തിയപ്പോഴും ജപ്പാനു തെറ്റുപറ്റി. 'ഫുക്കുഷിമ' ദുരന്തം അതിന് തെളിവായി നമ്മുടെ മുമ്പിലുണ്ട്. അതുകാണാൻ ഫുക്കുവോക്ക ജീവിച്ചിരുന്നില്ലെങ്കിലും. ആ കറുത്ത കുടയ്ക്കുകീഴെ 'നിലം കിളക്കുകയാണ് നാമിപ്പോൾ' എന്ന വിമർശനം ഇവിടെ അർഥപൂർണമാകുന്നു. ഇരുവശങ്ങളിൽനിന്നും പുറത്തുനിന്നും ഒരു പ്രതിസന്ധി തന്റെ രാജ്യത്തെ വലയം ചെയ്യുകയാണെന്നാണ് ഫുക്കുവോക്ക എഴുതിയത്. കാലത്തിനുമേറെ അപ്പുറം കാണുകയായിരുന്നു അദ്ദേഹം.

അകവും പുറവും എന്ന വേർതിരിവ് ഉപേക്ഷിക്കുക. ലോകത്തെവിടെയായാലും മൗലികമായി കൃഷിക്കാരെല്ലാം ഒരേ തരക്കാരാണ് സമാധാനത്തിലേക്കുള്ള താക്കോൽ ഭൂമിയോട് ഏറ്റവും ചേർന്നുകിടക്കുന്നു എന്ന് മനസിലാക്കുക.

ഒറ്റവൈക്കോലിൽ നിന്ന് ഒരു വിപ്ലവം

ഫുക്കുവോക്കയുടെ ഈ കുടിലുകളിൽ താമസിക്കാനെത്തുന്നവരുടെ മനസും ശരീരവും വളരെ ദരിദ്രമാണ്. എല്ലാ പ്രതീക്ഷയും നശിച്ച വരെപ്പോലെയാണ് അവരിൽ പലരും പെരുമാറുന്നത്. ഒരു ജോഡി വില കുറഞ്ഞ പാദരക്ഷകളെങ്കിലും ഇവർക്കായി നൽകാൻ തനിക്കുകഴിയുന്നില്ലല്ലോ എന്ന ദുഃഖത്തിലാണദ്ദേഹം. എന്നാൽ അവർക്ക് നൽകാൻ കഴിയുന്ന ഒരു സാധനം തന്റെ കൈയിലുണ്ട്.

ഒരു വൈക്കോലിഴ!

മുറ്റത്തെ വൈക്കോൽ കൂനയിൽനിന്ന് കുറെ വാരിയെടുത്ത്, ഇതു പയോഗിച്ച് ഒരു വിപ്ലവം തന്നെ നടത്താൻ കഴിയുമെന്ന് അദ്ദേഹം അവരെ പറഞ്ഞു മനസിലാക്കാൻ ശ്രമിക്കുന്നു. എന്തസംബന്ധം എന്നായിരുന്നത്രെ അപ്പോൾ അവരുടെ പ്രതികരണം. മനുഷ്യവംശം തന്നെ നാശഗർത്തത്തിലേക്ക് നീങ്ങിക്കൊണ്ടിരിക്കെ ഒരു വൈക്കോലിഴകൊണ്ട് എന്ത് വിപ്ലവം നടത്താനാണ്? ഒറ്റക്കെട്ടായി അവർ എതിർത്തു. ബഹളം വച്ചു.

തുടർന്ന് തന്റെ ഭാഗം ആചാര്യൻ ഇനി പറയുന്നവിധം ന്യായീകരിച്ചു:

ഒരു വൈക്കോലിഴയെന്നു വച്ചാൽ അത് തീരെ നിസ്സാരമായ ഒരു സാധനമാണ്. എന്നാൽ വിലമതിക്കാനാവാകാത്ത ഒന്നാണത്. അതിന്റെ യഥാർഥ വില ആർക്കുമറിഞ്ഞുകൂട എന്നതത്രെ സത്യം. അത് ആളുകൾ മനസിലാക്കാൻ തുടങ്ങുന്നതോടെ ഈ രാജ്യത്തെയും, ലോകത്തെത്തന്നെയും ഇളക്കിമറിക്കാൻ കെൽപ്പുള്ള ഒരു വിപ്ലവം സംഭവിക്കും.

കുട്ടിക്കാലത്ത് തനിക്കു പരിചയമുണ്ടായിരുന്ന ഒരു വൃദ്ധകർഷക

നെക്കുറിച്ചുള്ള ഓർമകൾ ചികഞ്ഞെടുക്കുകയാണിവിടെ. എന്നും അയാൾ കരിനിറച്ച ചാക്കുകൾ ചുമന്ന് രണ്ടുനാഴിക അകലെയുള്ള ഗുഞ്ചു തുറമുഖത്തെത്തിക്കുമായിരുന്നു. അങ്ങനെ അധ്വാനിച്ചധ്വാനിച്ച് അയാൾ വലിയ ഒരു ധനികനായി. എന്നാലും വൈക്കോലെന്നു വച്ചാൽ പ്രാണനായിരുന്നു. വഴിക്കുവീണുകിടക്കുന്ന ഇഴകൾപോലും പെറുക്കി വീട്ടിലേക്ക് കൊണ്ടുപോകും. കൃഷിസ്ഥലത്ത് വിതറും. ഒറ്റവൈക്കോലിഴയായാൽപ്പോലും അത് പ്രധാനമാണെന്ന് കരുതുക എന്നതായിരുന്നു അയാളുടെ മുദ്രാവാക്യം. ഈ മനുഷ്യനാണ് ഫുക്കുവോക്കയുടെ മാതൃക.

ഇതുകേട്ട ഒരു ചെറുപ്പക്കാരന് ദേഷ്യംവന്നു. നിങ്ങളുടെ ഈ വൈക്കോലിഴ കത്തിച്ചാൽ വിപ്ലവത്തിനു തീപ്പിടിപ്പിക്കാനുള്ള ഒരു തീപ്പൊരിപോലും സൃഷ്ടിക്കാനാവില്ലെന്ന് അയാൾ പൊട്ടിത്തെറിച്ചു.

ആ സമയം വൃക്ഷങ്ങൾക്കിടയിലൂടെ ഒരിളം കാറ്റ് കടന്നുപോയി. പച്ചിലച്ചാർത്തുകൾക്കിടയിലൂടെ സൂര്യരശ്മികൾ അവരുടെ ദേഹത്തു വീണു. നെൽകൃഷിയിൽ വൈക്കോൽ ഉപയോഗിക്കുന്നതിനെക്കുറിച്ച് ശാന്തഭാവത്തിൽ ആചാര്യൻ സംസാരിക്കാൻ തുടങ്ങി.

നെൽകൃഷിയിലും ബാർലികൃഷിയിലും വൈക്കോൽ ഏറെ പ്രയോജനകരമാണെന്ന് അന്നേക്ക് ഏതാണ്ട് നാൽപ്പതുവർഷം മുമ്പാണത്രെ അദ്ദേഹം ആദ്യയായി മനസിലാക്കുന്നത്. ഒരിക്കൽ ഒരുവഴി പോവുമ്പോൾ തരിശിട്ട ഒരു നെൽപ്പാടം കണ്ടു. ഇടതൂർന്ന് വളർന്ന് നിൽക്കുന്ന പാഴ്ച്ചെടികൾക്കും പഴകിയ വൈക്കോലിനുമിടയിൽ നല്ല കരുത്തുള്ള ഒരു നെൽച്ചെടി പ്രസരിപ്പോടെ തലയുയർത്തി നിൽക്കുന്നത് കണ്ണിൽപ്പെട്ടു. വൈക്കോലിനിടയിലായതുകൊണ്ടാണ് അത് അങ്ങനെ കരുത്തോടെ വളരുന്നതെന്ന് തോന്നി. കാലമേറെ കഴിഞ്ഞിട്ടും ആ ദൃശ്യം മനസിൽനിന്നും മാഞ്ഞുപോയില്ല. നെല്ലും ബാർലിയും കൃഷിചെയ്യുന്നതിന് വൈക്കോൽ പുതയുടെ വഴി തെരഞ്ഞെടുക്കാൻ പ്രചോദനമായി ത്തീർന്നത് ഈ സംഭവമാണ്.

ഈ മേഖലയിലദ്ദേഹം തുടരെ തുടരെ പരീക്ഷണങ്ങൾ നടത്തി. തുടർച്ചയായ പരാജയങ്ങളുടെ കൈപ്പുരുചി അനുഭവിച്ചു. എന്നാൽ വിജയം അധികദൂരെയായിരുന്നില്ല. വൈക്കോലിന്റെ മാർഗം വിപ്ലവകരമായ ഒരു സരണിയാണെന്ന് താമസിയാതെ തെളിഞ്ഞു. പത്രമാസികകളിൽ തുടരെ തുടരെ എഴുതി. പ്രസംഗിച്ചു. ടി വി ചാനലുകളിൽ പ്രത്യക്ഷപ്പെട്ട് തന്റെ രീതികൾ അവതരിപ്പിച്ചു.

ഇതു വളരെ ലളിതമായ ഒരു മാർഗമാണെന്ന് സ്ഥാപിക്കാൻ അതിന്റെ ഉപജ്ഞാതാവിന് ഏറെ വിയർപ്പൊഴുക്കേണ്ടിവന്നു. കാരണം ശീലിച്ച രീതികൾ പുനഃപരിശോധിക്കാൻ, പുതുതായൊന്ന് പരീക്ഷിക്കാൻ കർഷകർ തയാറില്ലായിരുന്നു. ഗതാനുഗതികത്വം എന്നൊന്നുണ്ടല്ലോ. നടന്ന ചാലിലൂടെ തന്നെ തുടർന്നും നടക്കാൻ അധികമാളു

കളും ഇഷ്ടപ്പെടുന്നു. പുതുവഴികളിലൂടെ പോകാൻ മടിയാണ്. ഭയമാണ്. ഏതുകാര്യത്തിലും അത് അങ്ങനെയാണല്ലോ. ഒറ്റ വൈക്കോൽ എങ്ങനെ ഉപയോഗിക്കുമെന്ന ചിന്ത അവരെ കുഴക്കി. പുതുതായി ഇറുത്തെടുത്ത വൈക്കോലിഴകൾ പാടത്ത് വിതറുന്നതെങ്ങനെ, ഉപയോഗിക്കുന്നതെങ്ങനെ എന്ന വിചാരം ഉറക്കം കെടുത്തി. പകർച്ചവ്യാധികളാണ് മുഖ്യപ്രശ്നം. ബ്ലാസ്റ്റ്രോഗത്തിന്റെയും തണ്ടഴുകൽ രോഗത്തിന്റെയും അണുക്കൾ പുത്തൻ വൈക്കോലിൽ ഉണ്ടായിരിക്കും. വൻനാശമുണ്ടാക്കുന്ന പകർച്ചവ്യാധികളാണിവ. അതുകൊണ്ട് വൈക്കോൽ പാടത്തിടാതെ കമ്പോസ്റ്റാക്കി മാറ്റാറാണ് പതിവ്. ബ്ലാസ്റ്റ് രോഗം പടർന്നുപിടിച്ച കാലത്ത് പാടങ്ങളുടെ ചുറ്റുവട്ടത്തുനിന്ന് വൈക്കോൽ മുഴുവൻ നീക്കം ചെയ്യാനുള്ള ഒരു യജ്ഞം തന്നെ കൃഷിവകുപ്പ് നടത്തുകയുണ്ടായി. വൈക്കോൽ കൂനകൾ തീയിട്ട് കത്തിക്കുന്നത് അക്കാലത്തെയൊരു സ്ഥിരം കാഴ്ചതന്നെയായിരുന്നു. അതിന് നിയമപരമായ അനുമതിയുണ്ടായിരുന്നു.

തണ്ടുതുരപ്പൻ ശൈത്യകാലം കഴിച്ചുകൂട്ടുന്നത് വൈക്കോലിഴകൾക്കകത്താണ്. ഇതൊഴിവാക്കാൻ കൃഷിക്കാർ ശീതകാലം മുഴുവൻ കമ്പോസ്റ്റുണ്ടാക്കിക്കൊണ്ടിരിക്കും. അടുത്ത വസന്തമാകുമ്പോഴേക്കും എല്ലാം നന്നായി അഴുകിക്കഴിഞ്ഞിരിക്കും. ഇക്കാരണംകൊണ്ട് വയലുകൾ എക്കാലത്തും നല്ല വൃത്തിയും വെടിപ്പുമുള്ളവയായിക്കിടക്കും. വൈക്കോൽ വെറുതെ അങ്ങുമിങ്ങും കിടന്നാൽ ദൈവകോപമുണ്ടാകുമെന്ന് വിശ്വാസവും ഇതിന് പിന്നിലുണ്ടായിരുന്നു.

ഇപ്പോൾ നിരവധി വർഷത്തെ പഠനങ്ങൾക്കുശേഷം, താൻ പറഞ്ഞതത്രയും ശരിയാണെന്ന് കൃഷിവിദഗ്ധർ സമ്മതിക്കുന്നേടത്താണ് ഫുക്കുവോക്ക സ്വന്തം വിജയം കാണുന്നത്. വിതയ്ക്കുന്നതിന് ആറുമാസം മുമ്പ് കണ്ടത്തിൽ വൈക്കോൽ വിതറുന്നതിന് ശാസ്ത്രസമ്മതിയുണ്ട്. വൈക്കോലുപയോഗിച്ച് നിലമൊരുക്കുന്നതിനെക്കുറിച്ചുള്ള എല്ലാ അഭിപ്രായങ്ങളെയും ഇത് മാറ്റിയെടുത്തു. എന്നാൽ കർഷകർ മടിച്ചുനിന്നു. പരമ്പരാഗത ശീലങ്ങളിൽനിന്ന് അണുവിടപോലും വ്യതിചലിക്കാൻ തയാറില്ലാത്തവരാണിവർ. കാത്തിരിക്കൂ. ശീലങ്ങൾ മാറുന്ന ഒരു കാലം വരുമെന്ന് ഫുക്കുവോക്ക. പതുക്കെയാണെങ്കിലും അത് സംഭവിച്ചുകൊണ്ടിരിക്കുന്നു.

അടുത്ത നിരീക്ഷണം ജൈവവള നിർമിതിയെക്കുറിച്ചാണ്. കൃഷിക്കാർ എത്രയോ കാലമായി കമ്പോസ്റ്റുണ്ടാക്കുന്നു. അതിനുവേണ്ടി അഹോരാത്രം പാടുപെടുന്നു. സർക്കാർ വക ഒരുപാട് പ്രോത്സാഹനങ്ങൾ കിട്ടുന്നുണ്ട്. ജൈവവള പ്രദർശനങ്ങളും മേളകളും മറ്റും സർക്കാർ ചെലവിൽ സംഘടിപ്പിച്ചുവരുന്നു. മണ്ണിനെ സംരക്ഷിക്കുന്ന ദൈവദൂതൻ തന്നെയാണ് കമ്പോസ്റ്റുവളമെന്ന മട്ടിലാണ് കൃഷിക്കാർ ഇതിനെ

കാണുന്നത്.

കൂടുതൽ ജൈവവളം എന്നത് ഇവരുടെ മുദ്രാവാക്യം. മണ്ണിരയെ ഉപയോഗിച്ച് കൂടുതൽ മെച്ചപ്പെട്ട വളം ഉണ്ടാക്കുന്നു. ഇതിനിടയിലാണ് ഫുക്കുവോക്ക അരാജകവാദവുമായെത്തുന്നതെന്നാണ് വിമർശനം. ഒരുക്കിയെടുത്ത ജൈവവളത്തെപ്പോലും നിഷേധിക്കുന്നത് എങ്ങനെ പ്രകൃതികൃഷിയുടെ രീതിയാവും എന്നാണ് ചോദ്യം. ജൈവവളം അനാവശ്യമാണെന്നല്ലെ അദ്ദേഹം പറയുന്നത്. അങ്ങനെയൊരു കൃഷിയാണത്രെ മൂപ്പരുടെ ആത്യന്തികലക്ഷ്യം. വളം വേണ്ടെന്ന് ഫുക്കുവോക്ക എവിടെയും പറഞ്ഞിട്ടില്ലെന്ന് ഈ വിമർശകർ ഓർക്കണം. പ്രത്യേകമായി വളമൊരുക്കേണ്ട കാര്യമില്ലെന്നാണദ്ദേഹം പറഞ്ഞത്. വിത്തിറക്കും മുമ്പ് വൈക്കോൽ പാകി ഈ ആവശ്യം നിർവഹിക്കാമെന്നാണദ്ദേഹം പറയുന്നത്. സ്വയം ചെയ്തു മികച്ച രീതിയിൽ വിളവുണ്ടാക്കി കാണിക്കുകയും ചെയ്തു. പ്രശ്നം ആത്മവിശ്വാസക്കുറവിന്റേതാണ്. നിശ്ചയദാർഢ്യക്കുറവിന്റേതാണ്. ക്ഷമാപൂർവമായ കാത്തിരിപ്പിനുള്ള സന്നദ്ധതയില്ലായ്മയുടേതാണ്.

ടോക്കിയോവിലേക്കുള്ള തീവണ്ടിയാത്രയ്ക്കിടയിൽ നാട്ടിൻപുറങ്ങൾക്കു വന്ന മാറ്റം കണ്ട് ഫുക്കുവോക്ക വല്ലാതെ ദുഃഖിതനായി. ശീതകാലവിളകൾ വിളയുന്ന പാടങ്ങളുടെ മുഖച്ഛായ തന്നെ പാടേമാറി. ബാർലിച്ചെടികളുടെ ആ പഴയ ഹരിതസാഗരം എവിടെ? പകരം വയലുകളിൽ അവിടെയുമിവിടെയും പാതികരിഞ്ഞ വൈക്കോൽ കൂനകൂട്ടിയിരിക്കുന്നു. അവ മഴയിൽ കുതിർന്ന് ചീയാൻ കാത്തിരിക്കുകയായിരിക്കും കർഷകർ.

വൈക്കോലിനോടു കാട്ടുന്ന ഈ അവഗണന ആധുനിക കൃഷിരീതി മൂലം സംഭവിച്ച അധഃപതനത്തിന്റെ പ്രതീകമാണെന്ന് പ്രകൃതികൃഷിയുടെ ആചാര്യൻ വിശ്വസിച്ചു. താൻ കണ്ട തരിശുനിലങ്ങൾ കൃഷിക്കാരുടെ മനസിൽ വളർന്നുവരുന്ന മരുഭൂമികളുടെ പ്രതിഫലനമാണെന്നും. 'എനിക്ക് ഈ ശൂന്യത കണ്ടുനിൽക്കാനാവില്ല. ഈ ഒറ്റവൈക്കോലിഴകൊണ്ട് ഞാനൊരു വിപ്ലവം ആരംഭിക്കുകയാണ് അതിനെതിരായി.'

നേരത്തെ സൂചിപ്പിച്ച യുവസദസിനോടാണ് ഫുക്കുവോക്ക ഇതു പറഞ്ഞത്. അദ്ദേഹത്തിന്റെ മുമ്പിലിരുന്ന നവയൗവനങ്ങൾ അതുകേട്ട് ഉറക്കെയുറക്കെ പൊട്ടിച്ചിരിച്ചു.

"ഒറ്റമനുഷ്യന്റെ വിപ്ലവം! എടേ, ഇയാൾ പറഞ്ഞമട്ടിൽ നമുക്കതു നാളെത്തന്നെ തുടങ്ങണം. ഒരു ചാക്ക് നെല്ലും ഒരു ചാക്ക് ബാർലിയും ചുമലിലേറ്റി നമുക്ക് വയലിലിറങ്ങാം. വിതയ്ക്കാം. ഹ! ഹ! ഹ! 'ഒക്കു നിനുഷി – നി – മിക്കോട്ടെ' യെപ്പോലെ നമുക്കും വിത്തെറിയാം."

ഒക്കു നിനുഷി – നി – മിക്കോട്ടെ ജപ്പാൻകാരുടെ ആരോഗ്യദേവതയാണ്. മഹാമാരികൾ പടരുമ്പോൾ ജനങ്ങളുടെ ഈ പ്രിയപ്പെട്ട ദൈവം

സൗഭാഗ്യത്തിന്റെ വിത്തുചാക്കും ചുമന്ന് നാടുനീളെ സഞ്ചരിക്കാറുണ്ട്.

ശരിക്കും അതാണ് ഈ യുവാക്കളും ചെയ്യേണ്ടതെന്ന് ഫുക്കുവോക്കയ്ക്ക് മാത്രമേ അറിയൂ. കാർഷികരംഗത്തെ മഹാമാരികളെ ഉച്ചാടനം ചെയ്യാൻ തനിക്കു നിർദേശിക്കാനുള്ള വഴി ഇതാണെന്ന് അദ്ദേഹം വിശ്വസിക്കുന്നു.

"ഇത് ഒറ്റ മനുഷ്യന്റെ വിപ്ലവമല്ല. ഒറ്റ വൈക്കോൽ വിപ്ലവമാണ്." അദ്ദേഹം അവരെ തിരുത്തി. ചുണ്ടുകളിലെ ചിരി മായാതെ അദ്ദേഹം വെളിയിലിറങ്ങി അപരാഹ്നസൂര്യൻ കത്തിനിൽക്കുന്ന സമയം. നിറയെ ഫലസമ്പുഷ്ടമായ നാരകത്തോപ്പിലേക്ക് കണ്ണുകൾ അറിയാതെ ചെന്നു. കളച്ചെടികളുടെയും ത്രിപത്രിയുടെയും പച്ചപ്പടർപ്പിനിടയിൽ കോഴികൾ ചിക്കുന്നു. പതിവുപോലെ അദ്ദേഹം വയലിലേക്കിറങ്ങി.

ഉപസംഹാരം

രണ്ടായിരത്തി എട്ട് ആഗസ്ത് പതിനാറാം തീയതി തൊണ്ണൂറ്റഞ്ചാം വയസിൽ മസനോബു ഫുക്കുവോക്ക ഈ ലോകത്തോടു വിടപറഞ്ഞു. 1988 ൽ അദ്ദേഹം ഇന്ത്യയിൽ വരികയുണ്ടായി. റസൂലിയ (ഹോഷംഗാബാദ്, മധ്യപ്രദേശ്) ഓറൊവിൽ (പോണ്ടിച്ചേരി) എന്നീ സ്ഥലങ്ങളിൽ ഒറ്റവൈക്കോൽ വിപ്ലവത്തിന്റെ പ്രചോദനമുൾക്കൊണ്ട് നിരവധി വർഷങ്ങളായി പ്രകൃതികൃഷി നടന്നുവരുന്നു. *പ്രകൃതിയിലേക്കു മടങ്ങാൻ* (1999) എന്ന പുസ്തകമടക്കം മറ്റു ചില പുസ്തകങ്ങൾ കൂടി ഫുക്കുവോക്ക എഴുതിയിട്ടുണ്ട്.

9 789382 167815

Printed by Libri Plureos GmbH in Hamburg,
Germany